நூர்ந்தும் அவியா ஒளி

(பேராசிரியர் கா.சிவத்தம்பி குறித்த நினைவுகளும் மதிப்பீடுகளும்)

தொகுப்பு

ரவிக்குமார்

நியூ செஞ்சுரி புக் ஹவுஸ் (பி) லிட்.,

41-பி, சிட்கோ இண்டஸ்டிரியல் எஸ்டேட்,

அம்பத்தூர், சென்னை - 600 050.

☎: 044 - 26251968, 26258410, 48601884

Language : Tamil
Noornthum Aviya Oli
Compiled by: **Ravikumar**
N.C.B.H. First Edition : January, 2024
Copyright: Author
No.of Pages: 108
Publisher :
New Century Book House Pvt. Ltd.,
41-B, SIDCO Industrial Estate,
Ambattur, Chennai - 600 050.
Tamilnadu State, India.
Email: info@ncbh.in
Online: www.ncbhpublisher.in

ISBN : 978-81-2344-596-0
Code No. A4975

₹ 140/-

Branches

Ambattur 044 - 26359906 **Spenzer Plaza (Chennai)** 044-28490027
Trichy 0431-2700885 **Pudukkottai** 04322-227773 **Thanjavur** 04362-231371
Tirunelveli 0462-4210990, 2323990 **Madurai** 0452 2344106, 4374106
Dindigul 0451-2432172 **Coimbatore** 0422-2380554 **Erode** 0424-2256667
Salem 0427-2450817 **Hosur** 04344-245726 **Krishnagiri** 04343-234387
Ooty 0423 - 2441743 **Vellore** 0416-2234495 **Villupuram** 04146-227800
Pondicherry 0413-2280101 **Nagercoil** 04652 - 234990

நூர்ந்தும் அவியா ஒளி
தொகுப்பு: ரவிக்குமார்
என்.சி.பி.எச். முதல் பதிப்பு: ஜனவரி, 2024

அச்சிட்டோர்: **பாவை பிரிண்டர்ஸ் (பி) லிட்.,**
16 (142), ஜானி ஜான் கான் சாலை, இராயப்பேட்டை, சென்னை - 14
☎: 044-28482441

All rights reserved. No part of this book may be reprinted or reproduced or utilised in any form or by any electronic, mechanical, or other means, now known or hereafter invented, including photocopying and recording, or in any information storage or retrieval system, without permission in writing from the publishers.

பொருளடக்கம்

நூர்ந்தும் அவியா ஒளி 5
- ரவிக்குமார்

நினைவுக் குறிப்புகள்

1. பேராசிரியர் கா.சிவத்தம்பி: அணுக்கமும் வசீகரமும் நிரம்பிய அசாதாரணமான மனிதர் 13
- ஜார்ஜ் எல் ஹார்ட்

2. புலமைத்துவத் திமிர் இல்லாத மகத்தான அறிஞர் 14
- என்.சரவணன்

3. பேராசிரியர் கார்த்திகேசு சிவத்தம்பி: விமர்சனப் புலமையின் அடையாளம் 16
- பேராசிரியர் க.பஞ்சாங்கம்

4. கார்த்திகேசு சிவத்தம்பி: தமிழ் ஆய்வுலகின் தலைமைப் பேராசிரியர் 19
- கலாநிதி நாகராஜ ஐயர் சுப்பிரமணியன்

5. சிவத்தம்பி அண்ணாவிற்கு ஒரு கடிதம்!... 24
- "தமிழ் நீ" பொன்.சிவகுமாரன்

6. ஓய்வறியாத சிந்தனை ஆலை 33
- சிற்பி பாலசுப்பிரமணியன்

7. பேராசிரியர் கார்த்திகேசு சிவத்தம்பி: ஆளுமைகளின் சேர்க்கை 37
- லதா

மதிப்பீடுகள்

8. பேராசிரியர் கா.சிவத்தம்பி: ஒரு பல்துறைப் புலமையாளன் 48
- எம்.ஏ.நுஃமான்

9. கார்த்திகேசு சிவத்தம்பி: ஒரு தலைசிறந்த தமிழ்க் கல்வியாளர் 57
- பேராசிரியர் செ.வை.சண்முகம்

10. எங்கள் முற்றத்து ஒற்றைப் பனை 62
- முனைவர் வ.மகேஸ்வரன்

11. பேராசிரியர் சிவத்தம்பியின்: அழகியல் நோக்கு 68
- பேராசிரியர் செல்வா கனகநாயகம்

12. பேராசிரியர் கார்த்திகேசு சிவத்தம்பி: பேராய்வும் பெருவாழ்வும் 73
- கலாநிதி அமுது யோசவ் சந்திரகாந்தன்

13. பேராசிரியர் கா.சிவத்தம்பி: முடிவற்ற ஆய்வுத் தேடல் 79
- கவிஞர் சேரன்

14. பேராசிரியர் கலாநிதி கார்த்திகேசு சிவத்தம்பியின் தமிழின் கவிதையியல் - ஆய்வுப் பரிமாணம் 86
- பேராசிரியர் பெ.மாதையன்

15. தமிழ்க் கவிதையியல்: பேரா.கா.சிவத்தம்பியின் உரையாடல்கள் 100
- பேராசிரியர் வீ.அரசு

முதற் பதிப்புக்கான முன்னுரை

நூர்ந்தும் அவியா ஒளி

ரவிக்குமார்

சிவத்தம்பி இறந்துவிட்டார் என்ற செய்தியைத் தாங்கி மின்னஞ்சல் ஒன்றை திரு. எம்.ஏ.நுஃமான் அனுப்பியிருந்தார். இன்று *(06.07.2011)* இரவு பத்தேகால் மணிக்கு அனுப்பப்பட்டிருந்த அந்த மின்னஞ்சல் எனக்கு இன்னொரு மரணத்தை நினைவுபடுத்தியது. சில ஆண்டுகளுக்கு முன்னால் நிகழ்ந்த கவிஞர் வில்வரத்தினத்தின் மரணம். அதையும் நுஃமான்தான் மின்னஞ்சல் மூலம் எனக்குத் தெரிவித்திருந்தார். அந்த மின்னஞ்சல் வந்தபோது நான் திருவனந்தபுரம் விமான நிலையத்தில் நின்றுகொண்டிருந்தேன்.

சிவத்தம்பி நீண்ட காலம் வாழ்ந்து இறுதிக் காலம் வரையிலும் தமிழுக்குப் பங்களிப்பு செய்திருக்கிறார். எல்லா வயதுமே சாவதற்கு ஏற்ற வயதுதான் என்று ஆகிவிட்ட ஈழத் தமிழர்களுக்கு எண்பது வயதில் ஒருவர் மரணிப்பது துக்கத்துக்குரியது அல்லதான் என்றாலும் சிவத்தம்பியின் மரணத்தை நாம் வயதைக் கொண்டு மதிப்பிட முடியாது. ஈழத்தின் நீண்ட சிந்தனை மரபில் முக்கியமான கண்ணியாகத் திகழ்ந்தவர் சிவத்தம்பி. அவரைப் போல பல பரிமாணங்களைக் கொண்ட ஆளுமையாக நாம் இன்று எவரையும் சுட்ட முடியாது. ஒரு குறிப்பிட்ட துறையில் அவரைக் காட்டிலும் ஆழமான ஆய்வுகளைத் தந்தவர்கள் இருக்கலாம். ஆனால், அவரைப் போல பல்வேறு துறைகளையும் உற்றுநோக்கி, எல்லாவற்றின் உள்தொடர்புகளையும் புரிந்துகொண்டு தனது பார்வையை முன்வைத்தவர் என ஈழத்தில் மட்டுமல்ல தமிழகத்திலும் இன்று வேறு எவரையும் சுட்டிக்காட்ட முடியாது. அந்த வகையில் சிவத்தம்பியின் மரணம் மிகப் பெரும் வெற்றிடத்தை ஏற்படுத்தியிருக்கிறது.

இலங்கை, யாழ்ப்பாணம் பகுதியில் கரவெட்டி என்னுமிடத்தில் 1932ஆம் ஆண்டு மே மாதம் பத்தாம் தேதி சிவத்தம்பி பிறந்தார். ஆரம்பக் கல்வியை கரவெட்டி விக்னேஸ்வரா கல்லூரியில் கற்றார். பின்னர் இடைநிலைக் கல்லூரியை கொழும்பு ஷாகிராக் கல்லூரியில் கற்றார். இலங்கையின் மத்தியப் பகுதியில் அமைந்துள்ள பேராதனைப்

பல்கலைக்கழகத்தில் பட்டப் படிப்புகளை முடித்த அவர் இங்கிலாந்தி லுள்ள பர்மிங்ஹாம் பல்கலைக்கழகத்தில் ஆய்வுப் படிப்பை மேற்கொண்டு முனைவர் பட்டத்தைப் பெற்றார். 1978ஆம் ஆண்டு முதல் 17 ஆண்டு காலம் யாழ்ப்பாணப் பல்கலைக்கழகத்தில் பணியாற்றினார். பின்னர் மட்டக்களப்பில் அமைந்துள்ள கிழக்குப் பல்கலைக்கழகத்தில் இரண்டு ஆண்டுகள் பணியாற்றினார். இங்கிலாந்து, ஜெர்மனி போன்ற பல்வேறு நாடுகளிலுள்ள பல்கலைக்கழகங்களிலும் வருகைதரு பேராசிரியராகவும் பணியாற்றியிருக்கிறார்.

சிவத்தம்பி மேடை நாடகங்களில் நடித்ததோடு வானொலி நாடகங் களிலும் நடித்துப் புகழ்பெற்றவர். இலங்கையர்கோன் எழுதிய "விதானையார் வீட்டில்" தொடர் நாடகத்தில் அவர் முக்கியப் பாத்திரத்தில் நடித்திருக் கிறார். அவரது நாடக ஈடுபாடு குறித்துப் பேராசிரியர் சி.மௌனகுரு கூறியிருப்பவை கவனத்துக்குரியவையாகும் "மட்டக்களப்பு மரபுவழி நாடகங்களை எப்படிச் சுருக்கலாம் என்ற ஆலோசனைகளைத் தந்தவர் பேராசிரியர் சிவத்தம்பி. பாடல்களைத் தெளிவாகப் பாடுதல், உணர்ச்சி படப்பாடுதல், சொற்களை எடுத்துச் சில சொற்களைப் பாடுதல் என்று பாடும் முறைமையினைக் காட்டித் தந்ததோடு, ஒரு வட்டக்களரியிலே ஆடும் ஆட்டத்தைப் படச்சட்ட மேடையில் ஆடும் முறைமையினையும் எமக்கு விளக்கியவர் சிவத்தம்பி அவர்கள்" என்கிறார் மௌனகுரு (சிவத்தம்பியின் 75ஆம் பிறந்தநாளையொட்டி ஆற்றிய உரை).

தமிழகத்தைச் சேர்ந்த மார்க்சிய சிந்தனையாளர்களிலிருந்து வேறுபட்ட கோணத்தில் மதம் என்ற நிறுவனத்தையும் மதச் சார்பான இலக்கியங்களையும் அணுகியவர் சிவத்தம்பி. "சித்தர் பாடல்கள் தமிழில் இன்னும் முற்றுமுழுதாக ஆராயப் பெறவில்லை. அவற்றினுடைய இலக்கிய முக்கியத்துவம் பற்றிய இரு குறிப்புக்களை ஏ.வி. சுப்பிரமணிய ஐயரும் (The Philosophy of the Siddha), காமில் ஸ்வெலபில்லும் (The Poets of Power) எழுதியுள்ளனரே தவிர அவை பற்றிய விரிவான ஆய்வு இன்னும் மேற்கொள்ளப்படவில்லை. அவ்வாறு மேற்கொள்ளப்படும் பொழுதுதான் மறைஞானக் கருத்துடைய பாடல்களின் வளர்ச்சி தமிழில் சித்தர் பாடல்களுக்கு முன்னரேயே தொடங்கிவிட்டதென்பது தெரியவரும். குறிப்பாக, தேவாரப் பாடல்களின் பின்னர் தோன்றிய திருவிசைப்பா பாடல்களிலே காணலாம் (மதமும் கவிதையும் தமிழ் அநுபவம்) என்கிறார் சிவத்தம்பி.

ஆங்கிலம், தமிழ் ஆகிய இரு மொழிகளிலும் நூல்களை எழுதியுள்ள சிவத்தம்பி மொழி, சமயம், சமூகவியல், மானிடவியல், அரசியல், வரலாறு, கவின் கலைகள் எனப் பல்வேறு துறைகளையும் குறித்து

ஆராய்ந்திருக்கிறார். திராவிட இயக்கம் குறித்து ஆழமான ஆய்வுகளைச் செய்திருக்கும் சிவத்தம்பி, "திராவிடக் கருத்துநிலை (Ideology) என்பது ஒரு கருத்து நிலையா அல்லது குறிப்பிட்ட ஒரு வரலாற்றுக் கட்டத்தில் ஏற்பட்ட சமூக/பொருளாதார பண்பாட்டு / அரசியல் மாற்றங்கள் யாவற்றையும் சுட்டி நிற்கின்ற ஒரு கருத்துநிலைத் தொகுதியா (Cluster of ideologies)?" என்று கேள்வி எழுப்பினார். "இது பற்றிய ஓர் உன்னிப்பான விவாதம் அவசியம் என்று கருதுகிறேன். திராவிடக் கருத்து நிலையின் உருவாக்கக் கூறுகளைப் பிரித்து நோக்கும்பொழுது, அவற்றுள் சில தமது வரலாற்றுப் பயன்பாட்டைப் பூர்த்தி செய்துவிட்டனவாகவும் சில அவற்றினுள்ளே கிடந்த அகமுரண்பாடுகளை வெளிக்கொணர்ந்துள்ளன வாகவும் ஆனால் சில இன்னும் வரலாற்றுத் தேவையுடையனவாகவும் இருப்பதைக் காண்கிறோம். இதன் காரணமாகவே, இந்தக் கருத்து நிலை பற்றிய சிந்திப்புக்களில் ஒரு தேக்கமிருப்பதை உணரக்கூடியதாக விருக்கிறது" என்று கூறிய அவர், "இந்தத் தேக்கநிலையிலிருந்து வெளி வருவதற்கு நாம் சில முக்கிய வினாக்களுக்கு விடை இறுக்க வேண்டியவர்களாகிறோம் என்று குறிப்பிட்டு அந்த வினாக்களையும் முன்வைத்தார்;"

(1) இது ஓர் ஆய்வு முறைமைப் பிரச்சினை-நாம் இதன் பரிமாணங்கள் யாவற்றையும் விளங்கிக்கொள்ள முடியாத அளவுக்கு இதன் ஓர் உள்ளக அம்சமாக இருக்கிறோமா?

(2) இன்றைய எமது உண்மையான அரசியல் சமூகப் பிரச்சினைகள் யாவை? அவை பற்றிய தெளிவு நமக்கு இருக்கிறதா?" என்று அவர் எழுப்பிய வினாக்கள் இன்றளவும் பதில் சொல்லப்படாமலேயே இருக்கின்றன.

தமிழக அரசின் சார்பில் நடத்தப்பட்ட உலகத் தமிழ்ச் செம்மொழி மாநாட்டுக்கு அவர் வருவாரா மறுத்துவிடுவாரா என்ற சந்தேகம் எழுந்த சமயம். நான் அப்போது தமிழ்ப் பல்கலைக்கழகத் துணை வேந்தராக இருந்த மா. ராஜேந்திரன் அவர்களைப் பார்ப்பதற்குப் போயிருந்தேன். அவர் அந்த நேரத்தில் சிவத்தம்பிக்குப் போன் செய்து மாநாட்டில் அவர் கலந்துகொள்ளவேண்டியதன் அவசியத்தைச் சொன்னார். என்னையும் அவரிடம் பேசச் சொன்னார். அவரை சந்திக்கலாமே என்ற ஆசையில் நானும் அவரை மாநாட்டுக்கு வருமாறு வலியுறுத்தினேன். அப்போது அந்த மாநாட்டை உலகத் தமிழ்ச் செம்மொழி மாநாடு என அழைப்பதா அல்லது செம்மொழித் தமிழ் உலக மாநாடு என அழைப்பதா என்று நீண்டநேரம் அவர் விவாதித்தார். 'செம்மொழித் தமிழ்' என்பதா அல்லது 'தமிழ்ச்செம்மொழி' என்பதா என்ற வினா

இலக்கணரீதியில் எந்த அளவுக்கு முக்கியமானது என்பதை வலியுறுத்துவதாக அவரது வாதம் இருந்தது. சென்னையில் அமைத்திருக்கும் மத்திய அரசின் நிறுவனம் 'செம்மொழித் தமிழாய்வு மத்திய நிறுவனம்' என்றுதான் அழைக்கப்படுகிறது. அது தமிழ்ப் பல்கலைக்கழகத் துணை வேந்தருக்கும் தெரிந்தே இருந்தது. ஆனால், மாநாட்டின் பெயரை முடிவு செய்யும் அதிகாரம் அவருக்கு இல்லை என்பதால் சிவத்தம்பியிடம் அவர் எந்த விளக்கத்தையும் கூறமுடியவில்லை.

முள்ளிவாய்க்கால் படுகொலைகளின்போது சிந்தப்பட்ட ரத்தத்தின் ஈரம்கூடக் காயாத அந்த நேரத்தில் சிவத்தம்பியின் வருகை அரசியல் முக்கியத்துவம் நிறைந்ததாக மாறிவிட்டது. கடந்த முறை தஞ்சையில் நடைபெற்ற மாநாட்டின்போதும்கூட அவரது வருகை அப்படித்தான் சர்ச்சையைக் கிளப்பியது. அவரது வருகை குறித்த சர்ச்சை மாநாட்டில் அவர் ஆற்றப்போகும் உரையைப் பற்றிய எதிர்பார்ப்பை அதிகப் படுத்திவிட்டது. ஆனால் கோவை மாநாட்டில் அவர் பேசியதைக் கேட்டபோது, அவர் வராமலேயே இருந்திருக்கலாம் என்று தோன்றியது. அவர் மட்டுமல்ல அந்த மாநாட்டில் கலந்துகொண்டு பேசிய தமிழ் அறிஞர்களில் பலரது உரைகளும் அப்படித்தான் ஏமாற்றமளித்தன. அந்த மாநாட்டில் கலந்துகொண்டு பேசிய கிரிகோரி ஜேம்ஸின் ஐந்து நிமிட உரை நம் அறிஞர்கள் பலரது சிறப்புரைகளைவிடப் பயனுள்ளதாக இருந்தது.

இந்த ஆண்டு (2011) மே மாதத்தில் எனது நண்பரொருவர் இலங்கைக்குச் சென்றிருந்தார். அப்போது அவர் சிவத்தம்பி அவர்களைச் சந்தித்தார். அவர் அருகில் இருந்தபடி என்னோடு அலைபேசியில் தொடர்பு கொண்ட நண்பர் போனை சிவத்தம்பியிடம் தந்தார். என்னிடம் உற்சாகமாகப் பேசிய சிவத்தம்பி, தான் இப்போது கம்பராமாயணம் குறித்து நூல் ஒன்றை எழுதத் திட்டமிட்டிருப்பதாகத் தெரிவித்தார். அதன் கவித்துவம் குறித்துக் கூடுதல் கவனம் செலுத்தப்போவதாகவும் சொன்னார். அவரை உற்சாகப்படுத்தும் விதமாக நானும் அவரோடு உரையாடினேன். நண்பரிடம் ஒரு வேண்டுகோளையும் முன்வைத்தேன். பத்திரிகைத் துறையைச் சார்ந்த அந்த நண்பர் ராமாயணத்திலும் நாட்டம் உள்ளவர். உடனடியாக சிவத்தம்பி அவர்களிடம் அவரது ராமாயண நூல் திட்டம் குறித்து நேர்காணல் ஒன்றைப் பதிவு செய்யுமாறும் அதை நான் நடத்திவரும் மணற்கேணி இதழில் வெளியிடலாமென்றும் அந்த நண்பரிடம் கேட்டுக்கொண்டேன். அவரும் அந்த நேர்காணலைப் பதிவுசெய்தார். அவர் ஊருக்குத் திரும்பியதும் அது குறித்துக் கேட்டேன். தனது புத்தகங்கள், குறிப்புப் புத்தகங்கள் அடங்கிய பையை வேறொரு

நண்பர் எடுத்து வந்திருப்பதாகவும் அது சென்னையில் இருப்பதாகவும் சொன்னார். அதன்பிறகு நான் அதுபற்றி மறந்துபோனேன்.

சிவத்தம்பி அவர்கள் மறைந்த செய்தியைக் குறுந்தகவல் மூலம் பலருக்கும் அனுப்பிவிட்டு அந்தப் பத்திரிகையாள நண்பரைத் தொடர்பு கொண்டு அந்த நேர்காணல் குறித்துக் கேட்டேன். அனேகமாக சிவத் தம்பியிடம் பதிவுசெய்யப்பட்ட கடைசி நேர்காணலாக அதுவே இருக்கும் எனத் தோன்றியது. "என்னுடைய லக்கேஜ் அதிகமாக இருந்ததால் என்னுடன் வந்த பதிப்பாளர் ஒருவரிடம் என் பை ஒன்றைக் கொடுத்தேன். அந்த நேர்காணல் எழுதிவைத்த குறிப்புப் புத்தகம் மற்றும் பல பொருட்கள் அடங்கிய அந்தப் பை தொலைந்துவிட்டது என்று சொல்லி விட்டார் அந்தப் பதிப்பாளர்" என்றார் அந்தப் பத்திரிகையாள நண்பர். சிவத்தம்பியின் இழப்பை அந்தக் கணத்தில் நான் இன்னும் அதிகமாக உணர்ந்தேன்.

ஈழப்பிரச்சினையில் குறிப்பாக விடுதலைப் புலிகள் குறித்த அவரது நிலைப்பாட்டில் அதிருப்தி கொண்டவர்கள் பலர் அவரைக் கடுமையாக விமர்சித்ததை நான் கேட்டிருக்கிறேன். நிறப்பிரிகை பத்திரிகையை நானும் அ.மார்க்ஸ், பொ.வேல்சாமி ஆகியோரும் இணைந்து நடத்திக் கொண்டிருந்தபோது இலங்கையிலிருந்து எனக்கொரு கடிதம் வந்தது. கே.டி. குலசிங்கத்தின் கடிதம் அது. சிவத்தம்பியை மிகவும் கடுமையாக விமர்சித்து அதில் எழுதப்பட்டிருந்தது. அவரை விமர்சித்தவர்கள் அவர் ஒரு சந்தர்ப்பவாதி என்றனர். இலங்கை போன்றதொரு நாட்டில் உயிரோடிருப்பவர்கள் எல்லோர்மீதும் இத்தகைய விமர்சனத்தை வீசிவிட முடியும். இலங்கையில் மட்டுமல்ல இந்தியாவிலும்கூட பேச வேண்டிய தருணத்தில் மௌனம் காத்த குற்றத்தைச் செய்யாத எவரும் இன்று உயிர்வாழ முடியாது. இன்று செத்துப்போனவர்கள் மட்டுந்தான் மாவீரர்கள். எனவே, சிவத்தம்பியின்மீதான அத்தகைய விமர்சனங்கள் என்னைக் கவர்ந்ததில்லை. சிவத்தம்பியின் எழுத்துகளைக்கொண்டு அவரைப் புரிந்துகொள்ள வேண்டும். அதன்மூலம் ஈழத்தை, தமிழகத்தை நாம் மேலும் துலக்கமாகப் புரிந்துகொள்ள முடியும். அதற்கு வசதியாக நிறையவே எழுதிவைத்துவிட்டுப் போயிருக்கிறார் அவர்.

(சிவத்தம்பி அவர்களின் மரணச் செய்தி
கேட்டதும் அன்றைய இரவே எழுதப்பட்ட கட்டுரை.
இதை எனது வலைப்பூவில் இட்டிருந்தேன்)

நினைவுக் குறிப்புகள்

ஜார்ஜ் எல் ஹார்ட்
என். சரவணன்
பேராசிரியர் க.பஞ்சாங்கம்
கலாநிதி நாகராஜ ஐயர் சுப்பிரமணியன்
"தமிழ் நீ" பொன்.சிவகுமாரன்
சிற்பி பாலசுப்பிரமணியன்
லதா

1. பேராசிரியர் கா.சிவத்தம்பி: அணுக்கமும் வசீகரமும் நிரம்பிய அசாதாரணமான மனிதர்

ஜார்ஜ் எல் ஹார்ட்

சில ஆண்டுகளுக்கு முன்னர் சிவத்தம்பி அவர்கள் சுமார் ஒரு மாத காலம் பெர்க்லிக்கு வந்திருந்தபோது அவரோடு கணிசமான நேரத்தைச் செலவிடும் நல்வாய்ப்பு எனக்குக் கிடைத்தது. அவரை அறிந்த எவரும் மறக்க முடியாத அளவுக்கு அணுக்கமும் வசீகரமும் நிரம்பிய அசாதாரணமான மனிதர் அவர். உருவத்தை வைத்து மட்டுமல்ல மற்ற விதங்களிலும் அவரை ஒரு 'பிரம்மாண்டமான ஆளுமை' என்று குறிப்பிடலாம். சங்கத் தமிழில் அரசன் என்பதைக் குறிப்பதற்காகப் பயன்படுத்தப்பட்டிருக்கும் பல்வேறு சொற்களைப் பற்றியும் அவை எவ்வாறு துல்லியமாக வேறுபடுகின்றன என்பதைப் பற்றியும் தான் எழுதியிருந்த கட்டுரை ஒன்றை அவர் வாசித்துக் காட்டியது எனக்கு நினைவிலிருக்கிறது. அங்கு நானும் ரிச் ஃப்ரீமெனும் மட்டும்தான் பார்வையாளர்களாக இருந்தோம். அசாதாரணமான சிந்தனையாளர் ஒருவரின் முன்னால் அமர்ந்திருக்கிறோம் என நாங்கள் இருவருமே உணர்ந்தோம். அவர் பெர்க்லியை விட்டுப் போன பிறகு இலங்கையில் யுத்தம் தீவிரம் பெற்றுவிட்டது. சிந்தனையாளராக மட்டுமின்றி ஒரு அரசியல்வாதியாகவும் இருந்த அவரும் தாக்குதலுக்கு இலக்காகக் கூடும் என நான் கவலையுற்றேன். அடுத்து அவரை தான் சந்தித்தது உலகத் தமிழ்ச் செம்மொழி மாநாட்டின்போதுதான். அன்றைய முதல்வரை அவர் தங்கியிருந்த விடுதியின் அறையில் சந்திக்கப் போயிருந்தபோதுதான் நாங்கள் சந்தித்துக்கொண்டோம். சிவத்தம்பி மாறவே இல்லை. முதல்வருக்கு உவப்பளிக்காத, ஆனால் சொல்லியே ஆகவேண்டிய பல விஷயங்களை அவர் பேசிக்கொண்டே போனார். முதல்வரிடம் பேசியபோது சிவத்தம்பியின் ஆளுமை எப்படி வெளிப்பட்டது என்பது இப்போதும் என் நினைவில் இருக்கிறது. அவரது மறைவு இலங்கைக்கும் தமிழுக்கும் பேரிழப்பாகும்.

ஜார்ஜ் எல் ஹார்ட் அவர்கள் 'சி தமிழ்' மடல் குழுமத்தில் எழுதிய ஆங்கிலக் குறிப்பு:
தமிழில்: **ரவிக்குமார்**

2. புலமைத்துவத் திமிர் இல்லாத மகத்தான அறிஞர்

என்.சரவணன்

இலங்கையிலிருந்து குறுந்தகவல் மூலம் வந்த அவரது இழப்பு குறித்த செய்தி ஒருகணம் அதிர்ச்சியையும் வலியையும் ஏற்படுத்தி விட்டது. பேராசிரியரின் இழப்பு தமிழ்ச் சமூகத்துக்கும் புலமைசார் சமூகத்துக்கும் ஒரு பேரிழப்பு.

சரிநிகரில் நான் இணைந்தபோது எனக்கு வயது 18. குறிப்பிட்ட ஒரு கட்டுரைக்கென அவரிடம் பேட்டி எடுப்பதற்காகத் தொலை பேசியில் "சிவதம்பியுடன் கதைக்க முடியுமா" என்று கேட்டேன். அப்போது இந்த அடைமொழியுடன் அழைப்பதை, அண்ணா, அக்கா என்று எவரையும் அழைப்பதைப் பொதுவாகத் தவிர்த்துத் தோழர் என்றோ பெயர் கூறியோ அழைக்கத் தொடங்கியிருந்தேன். அவரை அப்படிப் பெயர் கூறி அழைத்ததற்காகப் பின்னர் மிகவும் வெட்கப் பட்டிருக்கின்றேன். குறுகியிருக்கிறேன்.

அதன் பின்னர் ஊடக வேலைகளுக்காக அவருடன் அவ்வப்போது தொடர்புகளைத் தொடர்ந்தோம். அவரது நூல்களை ஒரு தடவைக்கு மேல் படித்திருக்கிறேன். இலக்கியக் கூட்டங்கள், மாநாடுகள், கருத்தரங்குகள் என அவர் மீதிருந்த மதிப்பு நாளுக்கு நாள் உயர்ந்திருந்தது. சில கூட்டங்களில் ஒன்றாக உரையாற்றும் சந்தர்ப்பங்களும் கிடைத்தன. கொழும்பு பல்கலைக்கழகத்தில் ஊடகத்துறை கற்றபோது அவரது விரிவுரை நாட்களைத் தவற விடுவதில்லை. எப்போதுமே அவரிடமிருந்து புதிய கோணம், புதிய வெளிச்சம் கிடைத்துக்கொண்டே இருக்கும்.

90களின் நடுப்பகுதியில் அவரோடு சேர்ந்து ஒரு கல்வி வட்டம் ஒன்றை ஆரம்பித்தோம். தோழர்கள் மதுசூதனன், ஜோதிலிங்கம், ஜீவா, சோ.தேவராஜா மற்றும் இரு பெண் தோழர்களும் அதில் இருந்தனர். சிவத்தம்பி சேருக்கு இருந்த உடல் உபாதைகள் காரணமாகக் கொழும்பி லிருந்த அவரது வீட்டிலேயே இந்தச் சந்திப்பைத் தொடர்ந்து செய்து வந்தோம். தத்துவம், இலக்கியம், அரசியல் எனச் சமூக விஞ்ஞானம் குறித்துச் சிறந்த விவாதங்களைச் செய்துவந்தோம். எல்லோரும் குறிப் பெடுத்தோம். அடுத்த சந்திப்புக்கான தலைப்பையும் தயாரிப்புக்கான குறிப்புகளையும் எடுத்துவிட்டுக் கிளம்புவோம். அவருக்குத் தொடர்ந்து வரும் தொலைபேசி அழைப்புகள்தான் எங்கள் பிரதான எதிரி.

"...இவருக்கு ஏதாவது நடந்தால் அது பெரிய இழப்படா..." என்று சோதிலிங்கம் வாத்தி அடிக்கடிக் கூறுவார்.

எமக்கு உடன்பாடு இல்லாத கருத்துக்களையும் மதித்து ஏற்றுக் கொள்ளக்கூடியவர். அருந்ததியன் என்கிற பெயரில் நான் எழுதிவந்த பத்தி தொடர்பில் அவருக்கு மாறுபட்ட கருத்து இருந்தது. ஆனாலும் அருந்ததியர்கள் குறித்து நான் செய்யத் தொடங்கிய ஆய்வுப் பணிகளுக்கு நிறைய ஆலோசனைகள் வழங்கினார்.

நான் நாட்டை விட்டுக் கிளம்பும்போது "அங்க போய் என்னடாப்பா செய்ய போறாய்... உனக்கு இங்க நிறைய வேலை இருக்கு..." என்று அன்பு அதிருப்தியை வெளியிட்டார். எனது முன்னாள் துணைவியும் பேராசிரியரும் உறவுக்காரர்களாக இருந்ததால் "அவளைக் கூட்டிக்கிட்டு இங்க வந்திரடா... என்றார் ...."

நான் அனுபவிக்கக்கூடிய தனிப்பட்ட சிக்கல்களை அவர் உணர்ந்திருந்ததால் நோர்வேயிலிருந்து தொலைபேசியில் உரையாடும் போதெல்லாம் ஆறுதல் கூறினார். எனது முன்னாள் துணைவியின் தரப்பில் "அவர் எங்களுக்கு இந்த வழியில்தான் சொந்தம்... அவங்கள நாங்கள் சேர்த்துக்கொள்ளுறது இல்ல." என்று வெள்ளாளத்திமிரில் கூறுவதைப் பல தடவைகள் கேட்டிருக்கிறேன். ஆனால் பேராசிரியரோ அப்பாவித்தனமாக ஒவ்வொரு தடவையும் இலங்கை சென்று சந்திக்கும் போதும் அவர்களை அன்புடன் நலன் விசாரித்ததாகக் கூறச்சொல்வார். சாதி ரீதியில் அவர் எதிர்கொண்ட சிக்கல்கள் பெரிதாக எங்கும் பதியப்படா விட்டாலும் பலரும் அது குறித்து அறிவர்.

என்னுடைய இரு நூல் வெளியீட்டு விழாவையும் அவரது தலைமையில்தான் கொழும்பில் நடத்தினேன்.

புலமைத்துவத் திமிர் இல்லாது அனைவருடனும் அன்புடன் பழகிய ஒரு மகத்தான அறிஞர் அவர். அவருடன் பழகிய பலரும் இதனை அறிவார்கள். அவரது ஆய்வுகளும் எழுத்துக்களும் காலத்தால் அழிக்க முடியாதவை. அவரது இழப்பு உலகத் தமிழ்ச் சமூகத்திற்கும் பேரிழப்பு.

அவரை இறுதியாக வழியனுப்ப அருகில் இல்லையே என்கிற ஏக்கத்துடன், அவரது குடும்பத்தினருடனும் ஏனைய அனைத்து நண்பர் களுடனும் துயரத்தைப் பகிர்ந்துகொள்கிறேன்.

(இலங்கையில் வெளிவந்த சரிநிகர் பத்திரிகையின் ஆசிரியர் குழுவில் இடம்பெற்றிருந்த சரவணன் தற்போது நார்வேயில் வசிக்கிறார்.)

3. பேராசிரியர் கார்த்திகேசு சிவத்தம்பி: விமர்சனப் புலமையின் அடையாளம்

பேராசிரியர் க.பஞ்சாங்கம்

ஜூலை 6ஆம் தேதி இரவு 11:30 மணியளவில் 'துக்கமான செய்தி. பேராசிரியர் சிவத்தம்பி இன்று இரவு 8:30 மணியளவில் மறைந்து விட்டார்' என்று நண்பர் ரவிக்குமார் குறுஞ்செய்தி அனுப்பியதை வாசித்தவுடன் அவரை இறுதியாக எங்கே பார்த்தேன் என்று நினைவு மண்டலத்திற்குள் தேடத்தொடங்கினேன். கடந்த ஆண்டு, கோவையில் ஜூன் மாதம் நடந்த உலகத் தமிழ் மாநாட்டில் அவரைப் பார்த்ததும் பார்த்தவுடன் எப்பொழுதும் போல் அவர் கேட்கிற இப்பொழுது எதில் வொர்க் பண்ணிக்கொண்டு இருக்கிறீர்கள்' என்ற குரலும் அசலாக எனக்குள் வந்து போயின. அவர் அமர்வு முடிந்து அடுத்த அமர்வில் 'எதிர்காலத் தமிழ்க் கவிதை' என்ற தலைப்பில் கட்டுரை வாசிக்க அந்த அறைக்குச் சென்றிருந்தேன். பொதுவாக மேடையேறிப் பெரியவர்களைப் பார்க்கப் போவது எனக்குப் பழக்கம் இல்லை. எனது சுபாவம் அப்படி. அன்றைக்கும் அப்படித்தான் அவரை மொய்த்துக்கொண்டிருக்கும் கூட்டத்தினரைப் பார்த்து உட்கார்ந்து கொண்டிருந்தேன். திடீரென்று அவரைப் பார்க்க வேண்டும் என்று மனம் தூண்டியது. 'அவரை இனிமேல் எங்கே பார்க்கப்போகிறோமோ? பார்த்து ஒரு வார்த்தையாவது பேசிவிட்டு வருவதுதான் உத்தமம்' என்ற நினைப்புதான் கூட்டத்தோடு கூட்டமாக என்னையும் போய் நிறுத்தியது. கனத்த உடம்பைச் சுமந்துகொண்டு கனமான கருத்துக் களைக் கடைசிவரை தமிழர்கள் வாழ்கின்ற நிலப்பரப்பு முழுவதும் அவர் விதைத்துவந்த வாழ்க்கை, தமிழ் அறிவுஜீவிகளுக்கு ஒரு மாதிரியாகப் பின்பற்றத்தக்கதாகும்.

சிவத்தம்பி எழுத்துக்களை ஒன்றுவிடாமல் வாசிக்கிற பழக்கமுள்ள ஆயிரக்கணக்கான தமிழர்களுள் நானும் ஒருவன் என்று கூறிக்கொள்வது பெருமைப்படத்தக்க ஒன்று. 1979இல் வெளிவந்த 'தனித்தமிழ் இயக்கத்தின் அரசியல் பின்னணி' என்ற அவருடைய நூல்தான் அவரை எனக்குள் ஆழமாக ஆணியடித்து நிறுத்தியது. நம்முடைய வாழ்வையும் சமூக நிகழ்வுகளையும் எவ்வாறு வரலாற்றில் நிறுத்தி அரசியல் மயப் படுத்திப் பார்க்க வேண்டும் என்று எனக்குக் கற்றுக்கொடுத்த ஒரு

புத்தகம் அது. திராவிட இயக்கம் கட்டமைத்த மொழி குறித்த புனைவுகளில் உணர்ச்சிமயமாகக் கொந்தளித்துக்கிடந்த என்னை, மொழி என்பது ஒரு சமூகத்தின் உற்பத்தி, தனித்தமிழ் இயக்கம் என்பது இந்தச் சாதியச் சமூகத்தில் வெள்ளாளர்கள் எழுச்சியின் அரசியல் என்றெல்லாம் அவர் தர்க்கப்பூர்வமாக விளக்கியிருந்த பாங்கு அன்றைய நிலையில் மொழி குறித்த புரிதலைப் பன்மடங்கு உயர்த்தியது.

"தமிழியல் என்பது தமிழ்ப் புலவர்கள் கருதுவது போல தமிழ் இலக்கண, இலக்கியம் மட்டும் சார்ந்த ஒரு குறுகிய வட்டம் அன்று. தமிழ், தமிழ் வாழ்வு சம்பந்தப்பட்ட யாவும் அதனுள் வர வேண்டும்" என்ற கருத்தின் அடிப்படையில்தான் அவர் தொடர்ந்து இயங்கினார். "தமிழியலாளருக்குப் பிற துறைகளில் வரன்முறையான அறிமுகத்திற்கான வாய்ப்புக்களும் பிற துறை அறிஞர்களுக்குத் தமிழியல் மூலங்களை அறிமுகப்படுத்துவதற்கான வாயில்களும் தோற்றுவிக்கப்பட வேண்டும்". இத்தகைய சூழலில்தான் தமிழ் ஆய்வு வளம்பெறும் எனக் கடுமையாக உழைத்தார். அதேபோல் பல்துறை அறிஞராகவும் வெளிப்பட்டார். மார்க்சிய சார்பாளர்தான் என்றாலும் இலக்கியச் சிக்கல்களைக் குழு வாதத்திற்கும் அரசியல் சார்பிற்கும் அப்பால் நின்றும் இவரால் விவாதிக்க முடிந்தது. எல்லாவற்றிற்கும் மார்க்சியத்தில் தீர்வு இருக்கிறது என்ற நிறுவனப் பார்வை இல்லாமல் மிகவும் கவனமாக, நுட்பமாக இலக்கிய வெளியில் நடமாடக்கூடிய துணிவும் ஆர்வமும் இருந்ததால் தான் அவரால் 90களில் பின்நவீனத்துவக் கருத்தாக்கங்கள் தமிழ்ச் சூழலில் பரவியபோதும் அவற்றையும் திறந்த மனத்தோடு விவாதிக்கக் கூடிய உரம் பெற்றவராக விளங்கினார்.

தமிழ்ச் சமூகம் குறித்தும் அதன் அறிவுலகம் குறித்தும் ஆழ்ந்த அக்கறையோடு சிந்தித்துச் செயல்பட்டவர்களுள் பேராசிரியர் சிவத்தம்பி முதன்மையானவராக விளங்கினார். தமிழ்ச் சமூகத்தின் ஆன்மீகத் தளம் எது? என்ற தேடலில் ஈடுபடும் "தமிழ்ப் பண்பாட்டின் மீள் கண்டுபிடிப்பும் நவீனவாக்கமும்-மேற்குலகின் பங்கும் பங்களிப்பும்" என்ற கட்டுரை அவருடைய புலமைக்கும் தமிழ்ச் சமூகத்தின் அறிவுலகம் குறித்த ஆர்வத்திற்கும் சான்றாக நிற்கின்றது. "எந்தப் பண்பு இல்லாவிட்டால் நாம் தமிழராக இருக்க முடியாது போய்விடும் என்பதை அறிந்த பொழுதுதான், நாம் எமது பாரம்பரியத்தை மீளக் கண்டுகொண்டோம். புதிய உலகோடு இணையமுற்பட்ட பொழுதுதான் (காலனித்துவத்தின் போதுதான்) பழத்தமிழரின் சனநாயகப் பண்பு, சமரசம், உலகப் பொதுமை ஆகியவற்றை அறிந்துகொண்டோம்" என விளக்குகிறார். இத்தகைய தமிழ் அக்கறையின் விளைவாகத்தான் தமிழ்ச் சமூகத்தை

ஆட்டி அலைக்கழிக்கும் திரைப்படம் குறித்தும் 'தமிழ்ச் சமூகமும் அதன் சினிமாவும்' என்று அற்புதமான ஒரு சொற்பொழிவை நிகழ்த்தினார். "மக்களின் அறியாமையை முதலீட்டின் ஒரு அம்சமாகக் கொண்டு அவர்களைச் சூறையாடக் கூடாது; அவர்களுக்கு சினிமாவின் சாத்தியப்பாடுகளை எடுத்துக் காட்ட வேண்டும். வணிகர்களை ஞானிகளாகக் கொண்டுவிடக் கூடாது" என்று உயிரான உண்மையை முன்னெடுத்து உரைத்தார். சந்தைக்காகச் சிலவற்றை ஏற்கனவே தெரிந் தெடுத்து அவற்றை மக்கள் ஏற்றுக்கொள்ளும் ஒரு தயார்நிலையைப் பன்முகப்பட்ட சாதனங்களினாலே (வானொலி, தொலைக்காட்சி, சஞ்சிகைகள், சுவரொட்டிகள்) ஏற்படுத்திவிட்டு இதைத்தான் மக்கள் விரும்புகிறார்கள் எனக் கூறும் வியாபாரத் தந்திரத்தின் ஆஷாட பூதித்தனத்தை அந்தச் சொற்பொழிவில் அவர் தோலுரித்துக் காட்டினார்.

ஈழப் போராளிகளின் விடுதலைப் போராட்டம் உச்சத்தில் இருந்தபோதுகூட அவர் ஈழத்தைவிட்டு வெளியேறிவிடவில்லை. தொடர்ந்து கருத்துத்தளத்தில் தனது பங்களிப்பைச் செய்கின்றவராகவே தனது வாழ்க்கையை வடிவமைத்துக்கொண்டார்.

இவ்வாறு ஒரு கல்வியாளர் கல்விக்கூடங்களுக்கு வெளியே அதிகாரத்தைக் கேள்வி கேட்கிற அறிவுஜீவியாகத் தமிழ்ச் சூழலில் எவ்வாறு இயங்க வேண்டும் என்பதற்கான மாதிரியை அவருடைய வாழ்வும் பணியும் நமக்கு விட்டுச் சென்றுள்ளன. அவருடைய நினைவாகத் தமிழ் அறிவுஜீவிகள் கொள்ளவேண்டியது இவற்றைத்தான்.

4. கார்த்திகேசு சிவத்தம்பி:
தமிழ் ஆய்வுலகின் தலைமைப் பேராசிரியர்

கலாநிதி நாகராஜ ஐயர் சுப்பிரமணியன்

பேராசிரியர் சிவத்தம்பியவர்கள் பர்மிங்ஹாம் பல்கலைக் கழகத்தில் "பண்டைய தமிழ்ச் சமூகத்தில் நாடகம்" என்ற தலைப்பில் ஆய்வு நிகழ்த்தி டாக்டர் பட்டம் பெற்றவர். ஈழத்தில் வித்தியோதயா பல்கலைக் கழகம், யாழ்ப்பாணப் பல்கலைக்கழகம் ஆகியவற்றில் தமிழ்ப் பேராசிரியராகப் பணியாற்றியவர். ஈழத்தின் கிழக்குப் பல்கலைக் கழகத்திலும் தமிழகத்தின் தஞ்சைத் தமிழ்ப் பல்கலைக்கழகம், சென்னைப் பல்கலைக் கழகம், உலகத் தமிழாராய்ச்சி நிறுவனம் ஆகியவற்றிலும் வருகைதரு சிறப்பு நிலைப் பேராசிரியராகப் பணியாற்றியவர். தமிழ் நாட்டிலும் அனைத்துலக மட்டத்திலும் பல்வேறு பல்கலைக்கழகங்களின் தமிழியல் ஆய்வரங்குகளில் பங்குகொண்டு சிறப்பித்தவர். பல நூல்களின் ஆசிரியர். கடந்த ஆண்டு தமிழகத்தில் நடைபெற்ற செம்மொழித் தமிழ் ஆய்வு மாநாட்டின் ஆய்வரங்கக் குழுவின் தலைமைப் பொறுப் பேற்று ஆய்வுகளை வழிநடத்தியவர். இவை அவரைப் பற்றிய பொதுநிலை அறிமுகக் குறிப்புகளாகும். இவற்றுக்கு மேலாக இங்கே குறிப்பிடப்பட வேண்டிய முக்கிய அம்சம் 'அவர் சமகாலத் தமிழ் ஆய்வியல் மற்றும் திறனாய்வியல் என்பவற்றின் 'திசையறி கருவி' யாகவும் 'விமர்சன மாமலை' யாகவும் திகழ்ந்தவர்' என்பதாகும். தமிழ்த் திறனாய்வுலகின் ஒரு சகாப்தம் அவர்.

பேராசிரியர் சிவத்தம்பி அவர்கள் தொடர்பான எனது பார்வை யையும் கணிப்புகள் சிலவற்றையும் பதிவுசெய்யும் வாய்ப்பு பதினாறு ஆண்டுகளின் முன்னரேயே (1995இல்) எனக்குக் கிட்டியது. எனது 'தமிழக அநுபவங்கள்' பற்றி மல்லிகையில் எழுதுமாறு நண்பர் டொமினிக் ஜீவா அப்போது கேட்டிருந்தார். (நான் யாழ்ப்பாணப் பல்கலைக் கழகத்தில் பணியாற்றிக்கொண்டிருந்த அக்காலப் பகுதியில் அடிக்கடி தமிழகம் சென்று மீள்வதை வழக்கமாகக் கொண்டிருந்தேன்.) மல்லிகை (1995 ஏப்ரல்-அக்டோபர்) இதழ்களில் நான் பதிவுசெய்த அநுபவங்களில் கணிசமான பகுதி பேராசிரியர் சிவத்தம்பி அவர்களைப் பற்றியதான கணிப்பாகவே அமைந்தது என்பது இங்கு குறிப்பிடப்பட வேண்டியதாகும்.

தமிழக ஆய்வியற் சூழலில் எனக்குக் கிடைத்த வரவேற்புகள் மற்றும் வாய்ப்புகள் என்பவற்றுக்கான காரணிகள் பற்றி எடுத்துரைக்க முற்பட்டபோது பேராசிரியர் கா.சிவத்தம்பி மற்றும் அவருடன் இணைந்து செயற்பட்டு நின்ற காலஞ்சென்ற பேராசிரியர் க.கைலாசபதி ஆகியோர் பற்றிக் குறிப்பிடவேண்டிய தேவை ஏற்பட்டது. அச்சந்தர்ப் பத்தில் சிவத்தம்பியவர்களைப் பற்றி - அவருக்குத் தமிழக ஆய்வுலகம் தந்திருந்த கணிப்பையும் கௌரவத்தையும் பற்றி - விரிவாகப் பதிவு செய்துள்ளேன்.

எனது மேற்படி பதிவுகளில் நான் புலப்படுத்தி நின்ற உணர்வு நிலைகள் இரு வகையின. அவற்றுள் முதலாவது, பேராசிரியரவர்கள் தமிழகச் சூழலில் பெற்றிருந்த அறிமுகம் மற்றும் அம் மண்ணின் தமிழ்க் கல்வியாளர் மத்தியில் அவருக்கிருந்த பெருமதிப்பு என்பன குறித்து எனக்கு ஏற்பட்ட 'வியப்புணர்வு'. மற்றது, பேராசிரியரவர்களின் பன்முக ஆளுமையை நமது சூழல் - அதாவது ஈழத்தின் பல்கலைக்கழகச் சூழல் - உரியவாறு பயன்படுத்திக்கொள்ளவில்லையே என்ற 'ஆதங்கம்'.

தமிழகச் சூழலில் தமிழ்க் கல்வியாளர்கள் பலரோடும் நான் தொடர்புகொள்ள முற்பட்ட அன்றைய சூழலில் அவர்களுட் பலரும் என்னிடம் எழுப்பிய முதலாவது வினா, "பேராசிரியர் சிவத்தம்பி அவர்கள் நலமா?" என்பதேயாகும். மேற்படி கல்வியாளர் பலருக்கும் 'ஈழத்துத் தமிழ் இலக்கியச் சூழல்' என்றவுடன் முதலில் நினைவுக்கு வருபவராக பேராசிரியர் சிவத்தம்பி அவர்கள் திகழ்ந்தார்கள் என்பதை இவ்வினா உணர்த்தி நிற்கின்றமை வெளிப்படை. இவ்வினாவிற்கு நான் அளிக்கும் விடைகளைத் தொடர்ந்து, 'ஈழத்துத் தமிழியல்' தொடர்பாக எனக்கும் அவர்களுக்குமிடையே நிகழும் உரையாடல்களே என்னை அக்கல்வியாளர் மத்தியில் அறிமுகம் செய்துவைக்கும் 'அடையாள அட்டை'களாக அமைந்தன.

என்னோடு பேராசிரியர் அவர்களைப் பற்றி உரையாடிய பலரும் அவரது ஆளுமை தொடர்பாகப் பெருவியப்பை வெளிப்படுத்தினார்கள். பேராசிரியரோடு பழகுவதற்கு, தமக்குக் கிடைத்த வாய்ப்பை மனநிறை வோடு நினைவுகூர்ந்தவர்கள் பலர். அவருடைய தொடர்பாலும் அவருடைய எழுத்துகளினூடாகவும் தாம் எய்திய பார்வை விரிவை வியந்துரைத்தவர்கள் பலர். அவர் மறுமுறை தமிழகம் வரும்பொழுது நேரில் சந்தித்து உரையாடப் பேராவலுடன் காத்திருந்தவர்கள் பலர்.

இவ்வாறு பேராசிரியர் அவர்கள் தமிழகக் கல்விச் சூழலில் பெற்றிருந்த அறிமுகம் மற்றும் பெருமதிப்பு என்பவற்றுக்கான காரணிகளுள் முக்கியமானது தமிழியலின் பல்கலைக்கழக நிலையிலான உயராய்வுச்

செயற்பாட்டை முற்றிலும் 'ஆய்வறிவுப் பாங்கானதாக'க் கட்டமைப்பதில் அவர் காட்டிநின்ற பேரீடுபாடு ஆகும். இந்த ஈடுபாட்டுக்கு அடிப்படையாக அமைந்தது அவருடைய 'முற்போக்கு' நிலைப்பட்ட சிந்தனைத் தெளிவுதான். மார்க்சியம் என்ற அறிவியல்சார் தத்துவத்தின் ஒளியில் சமூகத்தையும் அதன் வரலாற்றையும் தரிசிக்கும் முறைமையான இம்முற்போக்குப் பார்வையைப் பல்கலைக்கழக உயராய்வுச் சூழலில் அழுத்தமாகப் பதிவுசெய்தவர் இவர் என்பது இங்கு சுட்டப்படவேண்டிய முக்கிய அம்சமாகும். இவ்வாறான செயற்பாட்டில் இவருடன் இணை நிலையில் இயங்கி நின்றவர் என்ற வகையில் காலஞ்சென்ற பேராசிரியர் க.கைலாசபதியவர்கள் முக்கிய வரலாற்றுப் பாத்திரமாகத் திகழ்ந்த வராவார்.

மரபு பேணும் உணர்வுகள் மற்றும் இயந்திரப் பாங்கான பகுத்தறிவுப் பார்வை என்பவற்றுக்கு இடையில் 'திசைவழி அறியாது திகைத்து நின்ற' தமிழ் ஆய்வுலகிற்கு ஓர் திசைகாட்டியாகவும் புத்தூக்கம் அளிக்கும் செயற்பாடாகவும் அறிமுகமானதே மார்க்சியச் சார்பான ஆய்வுப் பார்வை. 1940-60களில் தமிழ் ஆய்வுலகிற்கு இப்பார்வை அறிமுகமானாலும் பல்கலைக்கழக மட்டத்தில் முன்னெடுக்கக்கூடிய வாய்ப்பு ஈழத்திற்கே கிட்டியது.

பேராசிரியர்கள் க.கைலாசபதி மற்றும் கா.சிவத்தம்பி ஆகிய இருவரும் மார்க்சிய சிந்தனை சார்ந்த இலக்கியவாதிகளாகத் திகழ்ந்ததோடு மட்டுமன்றி அதனைப் பல்கலைக்கழக உயர்ஆய்வு நிலையில் பயன் படுத்தும் வாய்ப்புடையவர்களாகவும் விளங்கினார்கள் என்பதே இதற்கான முக்கிய காரணமாகும். பல்கலைக்கழக மட்டத்தில் இவ்வகை ஆய்வுப்பார்வையை ஒருவர் முன்னெடுக்கும் வாய்ப்பைப் பெற்றால் பாடத்திட்ட அமைப்பினூடாக அதனை அவரால் வளர்த்துக் கொள்ள முடியும் என்பது வெளிப்படை.

தமிழகச் சூழலிலே 1940-60 காலப் பகுதியில் தோழர்கள் ப.ஜீவானந்தம், தொ.மு.சி.ரகுநாதன், நா.வானமாமலை, எஸ்.இராமகிருஷ்ணன் முதலியோர் இவ்வாறான மார்க்சிய அறிவுசார் பார்வையை முன்னெடுத்தவர்கள் என்பது வரலாறு. ஆனால், அவர்கள் பல்கலைக்கழக உயர் ஆய்வுச் சூழல் சார்ந்தவர்கள் அல்லர் என்பது கவனத்தில் கொள்ளப்படவேண்டிய விடயமாகும். (அவர்களுள் வானமாமலை மட்டும் பின்னாளில் மதுரைப் பல்கலைக்கழகத்தோடு தொடர்புகொண்டு இயங்கும் வாய்ப்பைப் பெற்றவர் ஆவார்). இவ்வாறான வரலாற்றுப் பின்புலத்தை நோக்கும் பொழுது தமிழகத்தின் தமிழியலாளர் பலரும் பேராசிரியர்கள் கைலாசபதி, சிவத்தம்பி ஆகியோருடைய ஆய்வுச் சிந்தனைகளால் கவரப்பட்டதன் பின்புலம் தெளிவாகும்.

பேராசிரியர் சிவத்தம்பியவர்கள் தமிழகத்தில் சிறப்பான கவனிப்பையும் கணிப்பையும் பெற்றமைக்குக் காரணமான மற்றொரு முக்கிய அம்சம் 1980களில் அவர் இரு முறை தமிழகப் பல்கலைக்கழகங்களுக்குச் சிறப்புநிலை ஆய்வாளராகச் சென்று பணியாற்றியமையாகும். அவ்வாறான சூழ்நிலைகளை உரியவாறு பயன்படுத்திப் பல்கலைக்கழகங்களுக்கு உள்ளேயும் வெளியேயும் இலக்கியவாதிகளுடனும் ஆய்வாளர்களுடனும் நெருங்கிய தொடர்புகளை ஏற்படுத்திக் கொண்டவர் அவர். அடிக்கடி தமிழகம் செல்வதன் மூலம் அந்த மண்ணின் தமிழ் ஆய்வியலில் ஆழமான செல்வாக்கை அவர் செலுத்தினார்.

அவரிடம் அணிந்துரைகள் பெறுவதற்கும் உயர் ஆய்வுகளுக்கு ஆலோசனை பெறுவதற்கும் பெருந்தொகையானவர்கள் சூழ்ந்து நிற்கும் காட்சியைப் பலமுறை நான் கண்டதுண்டு.

பல்கலைக்கழக மேடைகளில் அவர் நிகழ்த்தும் பேருரைகளைக் கேட்பதற்குத் தமிழ்சார்ந்த பல்வேறு ஆய்வுத் துறைகளின் அறிஞர்களும் கூடுவர் என்பதும் குறிப்பிடத்தக்கதொன்றாகும்.

இவ்வாறு தமிழக ஆய்வுலகோடு அவர் கொண்டிருந்த தொடர்பு மற்றும் அங்கு அவர் பெற்ற வரவேற்பு என்பனவற்றைச் சுட்டியுணர்த்தும் சான்றாகத் திகழ்வது, அவர் அங்கு பெற்ற திரு.வி.க. விருது ஆகும். மேலும், சென்னைப் பல்கலைக்கழகத்தில் 2005ஆம் ஆண்டின் இறுதியில் பேராசிரியர் அவர்களின் ஆய்வுப் பணியை மையப்படுத்தி நிகழ்ந்த அனைத்துலக மட்டத்திலான கருத்தரங்கும் சிறப்பாகக் குறிப்பிடத் தக்கதொன்றாகும். ஈழத்து ஆய்வாளர் ஒருவருக்குத் தமிழக ஆய்வுலகம் வழங்கிய மாபெரும் கௌரவம் இது எனலாம்.

19ஆம் நூற்றாண்டிலே ஈழத்தவரான கந்தர் ஆறுமுகம் என்பார் தமிழகத்தின் திருவாவடுதுறை ஆதீனத்தால் நாவலர் பட்டம் வழங்கப்பட்டு கௌரவிக்கப்பட்டார் என்பதை ஈழத்துச் சைவ உலகம் விதந்து பேசும். அதேபோல இருபதாம் நூற்றாண்டில் ஈழத்தவரான சுவாமி விபுலானந்தர் தமிழகத்தில் அண்ணாமலைப் பல்கலைக்கழகத்தில் முதல் தமிழ்ப் பேராசிரியராகத் திகழ்ந்தார் என்பதையும் நாம் பெருமையுடன் நினைவு கூர்கிறோம். இவ்வாறாகத் தமிழகம் ஈழத்திற்கு அளித்துவந்த கௌரவங்களின் சமகால வரலாற்றுத் தொடர்ச்சியாகவே பேராசிரியர் சிவத்தம்பியவர்களுக்குக் கிடைத்த கௌரவங்களையும் நாம் காண்கிறோம். அதனால் பெருமிதமும் எய்துகிறோம்.

பதினாறு ஆண்டுகளுக்கு முன்னர் மல்லிகையில் எழுதிய கட்டுரைத் தொடரிலே ஒன்றைக் குறிப்பிட்டிருந்தேன்; "மலையில் நிற்பவர்களுக்கு

மலையின் உயரம் தெரிவதில்லை" 'தரையில் நின்றுகொண்டே "தரை எங்கே?" என்று தேடுபவர்களும் உளர். சைவசித்தாந்த தத்துவத்திலே, 'திருவருட் சூழலில் இருந்துகொண்டே அதனை உணர முடியாத' உயிர்களின் நிலைக்கு எடுத்துக்காட்டுகளாகத் தரப்படும் உவமானங்கள் இவை.

ஒருவகையில் நமது கல்விசார் சூழலுக்கும் இந்த உவமானங்கள் பொருந்தும். நாங்கள் அறிவாராய்ச்சியை முதன்மை நோக்காகவும் பணியாகவும் கொண்டவர்கள். ஆனால், நம் அருகில் உள்ள ஒரு அறிவாராய்ச்சியாளரை பேராசிரியர் சிவத்தம்பி அவர்களை - நாம் நமது கருத்து வளர்ச்சிக்கு உரியவாறு பயன்படுத்திக்கொள்ளாமல் இருக்கிறோம்" என்று அந்தக் கட்டுரைத் தொடரில் குறிப்பிட்டிருந்தேன். பதினாறு வருடங்களுக்கு முன்பு தான் பதிவுசெய்த அக்குறிப்பு இன்றும் பொருட்பொருத்தமுடையதாகவே உள்ளது. இன்றுவரைகூட - அவர் நம்மை விட்டுப் பிரிகின்ற காலம்வரைகூட - அவரது ஆளுமையை ஈழத்துக் கல்விச் சமூகம் உரியவாறு நிறைவாகப் பயன்படுத்திக் கொண்டதாகத் தெரியவில்லை என்பதே எனது கருத்தாகும்.

பேராசிரியர் சிவத்தம்பி என்ற தமிழியலாளரை நமது பல்கலைக் கழகச் சமூகம் ஒரு தமிழ்ப் பேராசிரியர் என்ற மட்டத்திலேயே கணித்து வந்துள்ளது என்பதே எனது கருத்து. அவர் ஒரு தமிழ்ப் பேராசிரியர் என்ற வரையறையை விஞ்சிநிற்பவர்.

தமிழ்ப் பேராசிரியர் என்றால் பொதுவாகத் தமிழ் இலக்கியம், இலக்கணம் மற்றும் பண்பாட்டுக்கூறுகள் என்பன தொடர்பான புலமை உடையவர் என்ற பொருளே வெளிப்படும். ஆனால், பேராசிரியர் சிவத்தம்பி அவர்களுடைய புலமை மேற்படி கூறுகளை உள்ளடக்கித் தமிழரின் சமூகவியல், பொருளியல், அரசியல், கலையியல், மெய்யியல், வரலாற்றியல் முதலான பல்வேறு ஆய்வறிவுத் துறைகளையும் தழுவி நிற்பதாகும். இவ்வாறு நோக்கும்பொழுது, கலாநிதி. கா.சிவத்தம்பியவர் களை ஒரு தமிழ்ப் பேராசிரியர் எனச் சுட்டுவதைவிட, தமிழியற் பேராசிரியர் எனச் சுட்டுவதே அதிகம் பொருத்தமுடையது என்பது எனது கருத்து.

5. சிவத்தம்பி அண்ணாவிற்கு ஒரு கடிதம்...!

"தமிழ் நீ" பொன். சிவகுமாரன்

அன்புள்ள 'சிவத்தம்பி' அண்ணா...

உங்களின் செய்தி கிடைத்து நான்கைந்து நாட்கள் கடந்துவிட்டன. கனத்தையில் உங்களின் இறுதிக் கிரியைகளும் முடிந்துவிட்டன. நீங்களும் எங்களை விட்டு நீண்டதூரம் போய்விட்டீர்கள்! இனிமேல் உங்களை நாங்கள் அழைக்க முடியாது. அழைத்தாலும் எங்களின் குரல் உங்களிற்குக் கேட்குமா? கண்ணணண்ணா (கனக) மனோண்ணா செல்வமண்ணா, முத்துராஜாண்ணா எல்லோருமே தொடர்பு கொண்டு விட்டார்கள். எனது மனமும் பலமுறை கூறிவிட்டது. எழுது! எழுது... ஆனால் முடியவில்லை என்னால் முடியவில்லை, எங்கே தொடங்குவது... எங்கே முடிப்பது? நீங்கள் பெற்றிருந்த புலமைத் துவத்திற்கும் அதன்மூலமாகத் தமிழர்களுக்கும் தமிழ்மொழிக்கும் நீங்கள் காட்டிய செல்நெறிக்கும் எமக்கும் சம்பந்தமில்லை. அது உலகளாவிய உங்களின் நிலை. நீங்கள் கூறிய தமிழ்த் தேசியத்திற்கும் ஈழத் தேசியத்திற்கும் அப்பாற்பட்டது. அதனால்தான் நீங்கள் ஈழத்தைக் கடந்து இலங்கையைக் கடந்து உலகத்து அறிஞராகப் பவனிவந்தீர்கள். இல்லை இந்த உலகத்தையே வலம் வந்தீர்கள்.

"பேராசிரியர் சிவத்தம்பி" இப்படித்தான் எல்லோரும் உங்களை அழைப்பார்கள். அதற்கு மேலும் எவ்வாறு அழைப்பது? எமக்குத் தெரியாது! எது எப்படியோ நாங்கள் அப்படி அழைக்கவும் முடியாது. அவை உங்களது வகுப்பறைக்கும் மாணவர்களுக்குமானது. கலா சாலைக்கும் சக விரிவுரையாளர்களுக்குமான உறவு அது. அவற்றுள் எங்கோ ஒரு இடைவெளியுள்ளது. "அண்ணா" அல்லது "அத்தான்" அதுதான் எங்களுக்கும் உங்களுக்குமானது. இந்த உறவுமுறைக்குள் எந்த இடைவெளியும் இல்லாத நெருக்கம் இருக்கின்றது. உரிமையும் இருக்கின்றது. வல்வெட்டித்துறை என்ற எங்கள் வீட்டிற்குள் நீங்கள் வந்தபோது இந்த உறவைத்தான் எங்களுக்குக் கொடுத்தீர்கள்.

1963இல் கரவெட்டி பண்டிதர் கார்த்திகேசுவும் அவர் மனைவி வள்ளியம்மையும் தங்கள் மகனான சிவத்தம்பிக்கு எஸ்.வி.என் வீட்டில் பெண் எடுத்தபோதே இந்த உறவு தொடங்கிவிட்டது. அன்றி லிருந்து நீங்கள் எங்களுடையவர். எஸ்.வி.என் பிச்சைக்காரர்களுக்கும்

“சில்லறை போடாதே” எனக்கூறி இரண்டு ரூபா மற்றும் ஐந்து ரூபா தாள்களை ஐம்பது வருடங்களுக்கு முன்பே வீட்டுவாசலில் கட்டாக வைத்திருந்த கொடையாளியாவார். பிரபல வர்த்தகரான “செல்லையா விசாகப்பெருமாள் நடராசா” என்ற பெயரின் சுருக்கமே எஸ்.வி.என். பர்மா (இறங்கூன்)வில் கரைத்தண்டையல் (விமானி) ஆகப் பணியாற்றிய காலம் முதல் சைனிஸ், தெலுங்கு, மலாய், ஹிந்தி, ஆங்கிலம் தமிழ் எனப் பன்மொழிப் புலமையாளனாக விளங்கியவர். அக்காலத்தில் யாழ்ப்பாணத்தில் பிரபல்யம் பெற்று விளங்கிய ஏ.கே.எஸ் மற்றும் எல்.கே.எஸ் என்னும் காயல்பட்டினத்துத் தங்கநகை வர்த்தகர்களுடன் வியாபாரத் தொடர்புகளைக் கொண்டிருந்தவர். இதன் காரணமாக அப்பெயர்களுக்கு இணையாக இலகுவாக அடையாளம் காணும் வகையில் தன்னுடைய பெயரையும் உங்களின் மாமனார் எஸ்.வி.என் எனப் பயன்படுத்திக்கொண்டார். அவரின் “நடராசா கோட்டம்” வல்வெட்டித் துறையில் உங்களின் முகவரியானது. இதற்குப் பின்னால் உலகம் தெரிந்த எங்களின் திருமுகங்களில் நீங்களும் ஒன்றானீர்கள். உங்களின் பார்வையும் பண்பும் உலகமாய் விரிந்தது. ஆனால், அன்றுமுதல் உங்கள் காலடியை வல்வெட்டித் துறை மண்தான் தாங்கிநின்றது.

நீங்கள் வல்வெட்டித்துறைக்கு வந்த பின்னர்தான் எங்களின் “இலக்கிய வரலாறு” எங்களுக்கே ஏற்றமாய்த் தெரிந்தது. அந்நாளில் வைத்திலிங்கப் புலவரையும் பின்னாளில் ஏகாம்பரப் புலவரையும் எங்களுக்குக் காட்டியவர் நீங்கள்தான். 1975இல் வைத்திலிங்கப் புலவர் பற்றிய கையேடு ஒன்றை வெளியிட்டு, எங்களின் வரலாற்றுத் தேடலை ஆரம்பித்து வைத்தீர்கள். உங்களின் பாதையில் அவை சிறுதுளிதான். ஆனால் எங்களின் பாதையில்! அந்த வழியில் இன்று எத்தனையோ புலவர்களையும் பல்துறைகளில் பெருமை பெற்றவர்களையும் எங்கள் இனம் எனக் கண்டுகொண்டோம்.

நீங்கள் எழுதிய எழுபதிற்கு மேற்பட்ட நூல்களும் இரண்டாயிரத்திற்கு மேற்பட்ட ஆய்வுக்கட்டுரைகளும் நேரில் கலந்து சிறப்புரையாற்றிய நுற்றுக்கணக்கான ஆய்வரங்கங்களும் இன்று எல்லோரும் அதிசயிக் கின்றார்கள்... ஆச்சரியப்படுகின்றார்கள்! ஆனால், இவை எல்லாமே 1963இல் நடந்த உங்கள் திருமணத்தின் பின்பாகவே நீங்கள் சாதித்தவை. தனிமனிதனால் சாதிக்க முடியாத அசுர சாதனை இது. எப்படி இதனை நீங்கள் சாதித்தீர்கள்? “என்னுடைய மனைவி பல்கலைக்கழகத்தில் படித்தவர் அல்லர். அவர் ஒரு வர்த்தகப் பின்னணியைச் சேர்ந்தவர். திருமணம் நடக்கும்போது அவரது தந்தையார் காலமாகிவிட்டார். பிற்காலத்தில் அவரே எனது வீட்டை நிர்வகித்தார். அதனால் எனக்கு

எந்தக் கவலையும் இல்லாது நான் வேலை செய்யக்கூடியதாக இருந்தது. என்னோடு நன்றாகக் கதைக்கின்ற, ஆனால் என்னை விரும்பாத நண்பர் ஒருவர் என்னைக் கேட்டார்... எப்படி இவ்வளவு காலத்தில் இவ்வளவையும் எழுதினாய்? என்று. உண்மையில் வீட்டுச் சூழல்தான் அதற்குக் காரணம். அதற்காக எனது மனைவிக்கு நான் மிகவும் கடமைப்பட்டவன். பிள்ளைகளும் அந்தச் சூழலுக்குள் வளர்ந்தபடியால் ரொம்பப் புரிந்துணர்வு உள்ளவர்கள். நான் ஒரு வகையில் அதிருஷ்டசாலி என்றுதான் கூற வேண்டும்" (கார்த்திகேசு சிவத்தம்பி இலக்கியமும் வாழ்க்கையும். பக்கம் 22. ஞானம் சஞ்சிகைக்கான நேர்காணல்) என்று உங்கள் சாதனைகளுக்கான காரணத்தை நீங்களே கூறியிருக்கிறீர்கள்.

1967 ஏப்ரல் 8ஆம் திகதி கரவெட்டியில் இருந்து மனைவி மற்றும் குழந்தையுடன் நீங்கள் ஊருக்குத் திரும்பிக்கொண்டிருந்தபோதே அந்த அசம்பாவிதம் நிகழ்ந்தது. வர்த்தகர் சிவஞானசுந்தரம் சுடப்பட்டு விழுந்தார் என்ற சேதிகேட்டு இடையிலேயே திரும்பிய நீங்கள் உடுப்பிட்டி பெண்கள் பாடசாலை விடுதியில் இருந்து கொழும்பிற்குத் தொலைபேசியில் தொடர்புகொண்டீர்கள். அதற்குப் பின்னரே யாழ்ப் பாணத்தில் இருந்து சிரேஸ்ட பொலிஸ் அதிபர் சுந்தரலிங்கம் தலைமையிலான குழுவினர் சம்பவ இடத்திற்கு வந்தனர். அன்றைய அசம்பாவித நிலமையைக் கட்டுப்பாட்டிற்குள் கொண்டுவர உங்களாலான முயற்சியை ஊருக்காகச் செய்தீர்கள். உங்களின் சமூகப்பணி கல்வியில் இருந்து களத்திற்கு மாற்றமடைந்தது அன்றுதான். நீங்கள் கூறியது போல் அன்றைய சம்பவம் உங்களின் வாழ்க்கையில் மட்டுமல்ல வல்வெட்டித் துறையின் வாழ்க்கையிலும் இல்லையில்லை ஈழத்தமிழர் வாழ்விலும் பெரிய திருப்புமுனையாய் மாறிப்போனது வரலாறு. அன்றிரவு நீண்டு விடிந்த பின்பும் நீங்களும் உங்கள் அண்ணன் சிவசிதம்பரமும் வல்வெட்டித் துறைச் சந்தியில் நின்று முழு விசாரணை களுக்கும் முகம் கொடுத்தீர்கள். அன்று பாராளுமன்றத்தில் மொழி பெயர்ப்பாளராகக் கடமையாற்றிய நீங்கள் அதன்பின் இலண்டன் பயணமானீர்கள். உங்களின் வீடு அயலிலிருந்த "தம்பி"களின் செட்டைப்பந்து விளையாட்டுக் களமாகியது. அந்த விளையாட்டுத் திடலில் தொடங்கிய வீரியமே பின்னாளில் தமிழரின் தனி ஆளுமையாகப் பிரகாசித்தது. பட்டம் பெற்று நீங்கள் திரும்பிவந்தபொழுது அன்றைய இரவிற்கு விலைதேடிய எங்கள் மண் தன்னைமறந்து எங்கோ பயணத்தைத் தொடங்கியிருந்தது.

குறிக்கட்டுவானிலிருந்து வந்துகொண்டிருந்த குமர குருவிற்குச் சொந்தமான லொறி மான்பாய்ந்த வெளியில் சேற்றினில் குடைசாய்ந்து

விட்டது. சாரதி கிளியண்ணா எப்படியோ தப்பிவிட்டார். ஆனால் குடைசாய்ந்த லொறிக்குள்ளே முழுமையாக மீன் சிப்பங்கள். 1979 பிற்பகுதி அல்லவா இருண்டுவிட்டால் தொண்டைமானாற்றுப் பகுதியில் ஆள்நடமாட்டம் அற்றுப்போய் வீட்டின் கதவுகள் யாவும் பூட்டப்பட்டு விடும். தகவலறிந்து வல்வெட்டித் துறை சந்தியிலிருந்து வந்திருந்த கண்ணனும் யூசிறியும் கவிழ்ந்திருந்த லொறியிலிருந்த சிப்பங்களை மற்றைய லொறிக்கு மாற்றிக்கொண்டிருந்தார்கள். கப்பலில் பணியாற்றிவிட்டுச் சில காலம் முன்புதான் அவர்கள் ஊருக்குத் திரும்பி யிருந்தார்கள்.

மான்பாய்ந்தவெளி அத்துவானக் காடு. இருட்டு ஒருபுறம் வாகன வெளிச்சம் வந்தாலோ பாதுகாப்புப் படையினரா என்ற பயம் மறுபுறம். ஏனெனில் இன்பம் செல்வம் நினைவிற்கு வரும் காலம், உதவிக்கு யாருமில்லை என்னும் நிலையில் யாழ். பல்கலைக்கழகத்தில் இருந்து வேறு பாதையால் திரும்பிக்கொண்டிருந்த நீங்கள் இரவென்றும் பாராமல் எப்படியோ சம்பவ இடத்திற்கு வந்திருந்தீர்கள். எங்களுக்கு பயம் பறந்துபோனது. நீங்களோ நிலமையைப் பார்த்தீர்கள். இவை சாதாரண நிகழ்வுகளே. அடுத்த கணம் கையிலிருந்த புத்தகம் பேப்பர் மற்றும் ஃபைல்கள் அடங்கியிருந்த பையை வீதியோரமாக வைத்துவிட்டு சப்பாத்தைக் கழட்டிவிட்டு "நானும் ஒருகை தாறன்" எனக் கூறியவாறு சேற்றினில் இறங்கியிருந்தீர்கள். அன்றுதான் மிக அருகிலிருந்து உங்களை நான் பார்த்தேன். உங்கள் குரலை நான் கேட்டேன். உங்கள் படிப்பு பதவி செல்வாக்கு சமூகத்தில் உங்களுக்கு இருந்த அந்தஸ்து என்பவற்றை எல்லாம் வீதியோரம் வைத்த பைபோல ஒதுக்கிவிட்டு மீன் சிப்பங்களைத் தூக்கவெனச் சேற்றுக்குள் இறங்கினீர்களே..! முப்பது வருடங்கள் கடந்தும் அந்தக் காட்சி இன்னும் என்னுள் நிழலாடுகின்றது.

உங்களின் நிலையை நீங்கள் மறந்திருக்கலாம். ஆனால் உங்களின் மைத்துனர்கள், "இல்லையத்தான் நீங்கள் போங்கோ நாங்கள் பார்க்கின்றோம்" எனக்கூறி உங்களைத் தடுத்தார்கள். உடனே "நீங்கள் வேலை செய்யிறதை இப்பதான் நான் பார்க்கின்றேன்." எனக்கூறி அந்த இடத்தைக் கலகலப்பாக்கினீர்களே... ஞானம் என்ற நண்பனுடன் எதிர்பாராமல் அவ்விடத்திற்கு நானும் வந்திருந்தேன். என் மனதில் ஆழப் பதிந்துபோனது அன்றைய இரவு. உங்கள்மீது நான் நேசம் கொள்ள காரணமானது அன்றைய இரவின் அந்த நிகழ்வுதான். நான் அவ்விடத்தில் நின்றதோ உங்களின் செயலைப் பார்த்ததோ உங்களுக்கு இன்றுவரை தெரியாது. ஏனெனில் உங்களுக்கு அப்பொழுது என்னைத்

தெரியாது. இதைப் படிக்கும்போதுதான் கண்ணனும் யூசிறியும் அச்சம்பவத்தை நினைத்துப் பார்ப்பார்கள். ஞானத்தைத் தேடுவார்கள். உங்களின் அறிவு, உலகறிந்த விசாலமான பார்வை, இன்று எல்லோரும் எழுதுகின்றார்கள். அதற்கு அப்பால் உங்களின் எளிமை உங்களின் மனிதநேயம். ஆனால் அன்றே நாள் உங்களைப் புரிந்துகொண்டேன்.

1984 ஓகஸ்ட் 4ஆம் திகதி இராணுவ முற்றுகை. ஒரே நாளில் 515 வல்வெட்டித் துறை இளைஞர்கள் கைது செய்யப்பட்டு காலியிலிருந்த பூசா முகாமிற்குக் கொண்டுசெல்லப்பட்டனர். முழு வல்வெட்டித் துறையுமே ஸ்தம்பிதமடைந்தது. அகதியாய் ஓடியோர் திரும்பிவரப் பயந்தனர். ஊரே தன்னில் தானே புதைந்துகொண்டது. ஓடாத கடிகாரமாய் வல்வெட்டித்துறை. எல்லோர் முகத்திலும் கேள்விக்குறி... அடுத்தது என்ன? யாரால் என்ன செய்ய முடியும்?- என்னால் முடியும் மனங்கொண்டீர்கள். எங்களுக்காக நீங்களே அன்று முன்வந்தீர்கள்... உங்கள் முயற்சியால் "வல்வெட்டித்துறை பிரஜைகள் குழு உருவாயிற்று. வரலாற்றுக்கு வழியைக் காட்டும் வல்வெட்டித்துறைக்கு அன்று நீங்கள் வழியைக் காட்டினீர்கள்.

உங்களின் தலைமையில் குமாரசாமி, முருகமூர்த்தி, ஆடியபாதம், செல்வேந்திரா, சச்சிதானந்தம் எனப் பிரஜைகள் குழு உருவாயிற்று. உங்களுக்கு உதவியாக சிவகுகதாசன், அரசரெட்ணம், புவனேஸ்வரராஜா, கனகமனோகரன் என்போர் திரண்டார்கள். உள்துறை அமைச்சு, பாதுகாப்பு அமைச்சு, இராணுவம், இந்தியத் தூதுவராலயம் மற்றும் வெளிநாட்டுத் தூதுவராலயங்கள் இறுதியில் ஜனாதிபதி ஜெயவர்த்தனா என இடைவிடாத சந்திப்புகள், கலந்துரையாடல்கள் ஒவ்வொரு இரண்டு கிழமையும் பதினான்கு பேராக 475 இளைஞர்களைக் காலியில் இருந்து மீட்டுவந்து சாதனைபுரிந்தது உங்களின் பிரஜைகள் குழு. அதில் உங்களின் பங்கே அளவிடற்கரியது. அதற்காக எங்களின் மண் உங்களுக்கு என்றும் தலைவணங்கும். இதனைத் தொடர்ந்தே ஏனைய ஊர்களிலும் பிரஜைகள் குழுக்கள் உருவாக்கப்பட்டமை தனி வரலாறாகும்.

8.4.1986 உங்களின் எங்களின் பக்திக்குரிய செல்வச் சந்நிதியானின் தேர் எரிக்கப்பட்டது. எரிக்கப்பட்ட தேர் சின்னாபின்னமாகிச் சாம்பலாகி அச்சாம்பலில் மிஞ்சிய எரிதணல்கள் கரும்புகையை வீசியடித்துக் கொண்டிருந்தன. இறந்து கிடந்த இராணுவ வீரர்களின் சடலங்கள் குறிபார்த்தபடி கோபாவேசத்துடன் ஏனைய இராணுவ வீரர்கள், எரியுண்ட சுடுசாம்பரின் நடுவே நீங்கள் மனமுருகி வழிபடும் சன்னிதி யானின் வீதியில் வெறும் கால்களுடன் நீங்கள்! இப்படி எத்தனையோ சம்பவங்கள்.

வல்வெட்டித்துறை பிரஜைகள் குழு, யாழ்ப்பாணம் பிரஜைகள் குழு எனத் தொடர்ந்த உங்களின் சேவை, யுத்தநிறுத்த கண்காணிப்பாளராக 1986இல் மாற்றமடைந்திருந்தது. எரிக் ஸோல்ஹய்ம் போல் அறிக்கையால் அன்றி மோதல் நடைபெற்றுக் கொண்டிருக்கும்பொழுதே சம்பவ இடத்திற்குச் சென்று கண்காணிக்க வேண்டும். வடமாகாணத்தில் இருந்து கார்த்திகேசு சிவத்தம்பி ஆகிய நீங்களும் கிழக்கு மாகாணத்தில் இருந்து கந்த ரெத்தினம் சிவபாலன் அவர்களும் போராளிகளினாலும் அரசினராலும் ஏற்றுக்கொள்ளப்பட்டிருந்தீர்கள். ஆனால், களத்தில் நிற்பவர்கள்?... கைகளில் ஆயுதம் தரித்திருப்போர்?... தம் உயிரைப் பாதுகாத்துக்கொள்ள எக்கணமும் துப்பாக்கியின் விசையை இழுத்துவிடத் தயாராய் நிற்பர். துப்பாக்கிச் சூடுகளின் சத்தங்கள். குண்டு வெடிக்கும் பேரோசைகள், இவைகளின் மத்தியில் உங்களின் குரல்கள் கேட்குமா? ஆனால் தயங்கவில்லை நீங்கள். ஓடவோ ஒளியவோ முடியாதநிலை. ஓடமுடியாத உடல்வாகு. எத்தனை தடவைகள் உரசிச்சென்றன துப்பாக்கிக் குண்டுகளும் செல் துகள்களும். ஒரு போராளிக்குரிய திடத்துடனும் இராணுவ வீரனுக்குரிய கட்டுப்பாடுகளுடனும் நீங்கள் நடத்திய கடமை தவறாத போராட்டம். ஆயுதங்களுக்கிடையில் எப்பொழுதும் நிராயுதபாணியாய் நீங்கள். ஆனால் அப்பொழுதும் நீங்கள் நிமிர்ந்தே நின்றீர்கள்!

கார்ல்மார்க்ஸ் கூறியது சமூகத்தின் பொருளாதார பங்கீட்டு முறைமைதான். பின்வந்த லெனின் போன்றோர் அதனைத் தமது சமதர்ம அரசியல் கோட்பாடாக முன்னெடுத்தபோது மார்க்ஸ் அரசியல் அறிஞராக்கப் பட்டார். அதேபோன்று சமூகத்தில் அக்கறைகொண்ட நீங்கள் சமூகத்தைப் பற்றிக் கூறிய கருத்துகள் சிலரால் அரசியலாக்கப் பட்டன. ஆனாலும் நீங்கள் அரசியலைத் தவிர்த்துச் சமூக விஞ்ஞானி யாகவே இறுதிவரை வாழ்ந்து காட்டினீர்கள். ஆம் பட்டத்தையும் பதவியையும் புலமைப் பரிசிலையும் எதிர்பார்க்கும் பல்கலைக்கழகத் தினுள் இருந்து படிக்காத பாட்டாளி மக்களையும் அவர்களின் சமூக வழமையான பழக்கவழக்கங்களையும் பண்பாட்டினையும் பரிவுடன் பார்த்த ஒரேயொரு பேராசிரியர் நீங்கள் மட்டும்தான்.

சிவத்தம்பி அண்ணா 1983 முதல் 1987 வரை கப்பலில் வேலை செய்த காலங்களில் நான் எழுதிய கவிதைகளைப் பற்றி எனது தமிழாசிரியர் தங்கவடிவேல் உங்களிடம் சிலாகித்தபோது, அவைகளை அச்சிலேற்றிப் பார்க்க நீங்கள் ஆசைப்பட்டீர்கள்.

இந்திய இராணுவ அடாவடித்தனத்தினால் உயிர்தப்பிய நிலையில் கனடாவில் எனது வாழ்க்கை. தந்தையாரின் முதலாவது வருட

திவசத்திற்காக ஊர்வந்தபோது சத்திவடிவேல் மாஸ்டருடன் வந்து கல்வியங்காட்டில் உங்களைச் சந்தித்தேன். பதினான்கு வருடத்திற்குப் பின் எனது ஆசை நிறைவேறியது. சில நாட்களின் பின் இரண்டாம் முறையாகச் சந்திக்க வந்தபோது கொழும்பிற்குப் புறப்படத் தயாராகிக் கொண்டிருந்தீர்கள். எப்படிப் போகின்றீர்கள்? கேட்டேன். "கிளாலியால் தான்" எனப் பதில் தந்தீர்கள். ஆச்சரியப்பட்ட என்னைப் பார்த்து "நானும் உங்களைப் போல் சாதாரண மனிதன்தான் எனக்கெனப் பிரத்தியேக வசதிகள் எதுவும் வேண்டாம்" எனச் சாதாரணமாகச் சொன்னீர்கள்.

1996இல் உலகத் தமிழ்ப் பண்பாட்டு மகாநாட்டிற்காகக் கனடா வருகின்றீர்கள் என்ற சேதி அறிந்து மனது துள்ளிக் குதித்தது. நீங்கள் வரும் தேதி அறிந்து வேலையில் விடுமுறை எடுத்துக் காத்திருந்தேன். வந்த அத்தினமே பவானி அக்கா வீட்டில் உங்களைச் சந்தித்தேன். அந்த மூன்று கிழமைகளும் எனது வாழ்வின் பொன்னான நாட்கள். நீங்கள் சென்ற பல இடங்களிற்கும் நானும் வந்தேன். இல்லை என்னையும் கூட்டிச்சென்றீர்கள். அதன்பின் இடையறாத தொலைபேசி உரையாடல்கள்.

இப்ப... இவரோடு கதைத்துக்கொண்டிருக்கின்றேன்.

என்னடாப்பா கனடாவிலை என்ன புதினம்.

இப்ப சொல்லு... அவன் என்ன செய்கின்றான்... எனத்தொடரும் உங்களின் சிறிய கேள்விகள். எனது முட்டாள்தனமான கேள்விகளுக்கும் பொறுமையுடன் நீங்கள் தந்த விரிவான பதில்கள், விளக்கங்கள்.

ஒவ்வொரு சமூகத்தினதும் வரலாறு எழுதப்படுவதன் மூலமே முழு இனத்தினது வரலாற்றையும் திரட்டமுடியும் என "வல்வெட்டித் துறையின் வரலாறு" எழுதப்படவேண்டிய அவசியத்தையும் ஆய்வுக்குட்படுத்தவேண்டிய விடயங்களையும் அணுகவேண்டிய பெரியோர்களையும், கேட்கப்படவேண்டிய கேள்விகளையும் விளங்கப் படுத்தினீர்கள். எங்களைப் போன்ற புத்திசாலிகளுக்கு உங்களின் விளக்கங்கள் புரியவே பல நாட்கள் சென்றன. இன்று உங்களின் வழிகாட்டலில் பல தடைகள் தாண்டிவிட்டோம். ஆனால் நீங்கள்?...

நீங்கள் எழுத முனைந்த "வல்வெட்டித் துறை வரலாறு" எப்படியோ இடையில் நின்றுபோனது. காரணங்கள் பலவாகும். உங்களுடன் இணைத்திருந்த "தராக்கி" தவிர ஏனையவர்கள் எங்கே எனக் கேட்ட போது, இப்ப அதுவல்ல பிரச்சினை!... நான் இனி எழுதமாட்டேன்!. நீ எழுது!... நீ எழுதுவாய்!... நீயே எழுத வேண்டும்!... என ஊக்கம் கொடுத்தீர்கள். அதற்காகப் பலரிடமும் என்னைப் பற்றிச் சொன்னீர்கள்.

கடந்த வாரமும் இந்தியாவில் வாழும் பெரியவர் காஞ்சி அப்பாவிடம் கதைத்தபோது கூறினார் "நான் யாருக்கும் எதுவும் கூறமாட்டேன். உனக்கென்றதால் கூறுகின்றேன். ஏனெனின் சிவத்தம்பியும் உன்னைப் பற்றி கூறியுள்ளார். என்ன நம்பிக்கை! அண்ணா உங்கள் நம்பிக்கை வீண்போகாது. எங்களின் பயணம் தொடரும். உங்களின் வழியில் "வல்வெட்டித் துறையின் வரலாறு" விரியும்.

இந்த இடைப்பட்ட நாட்களில்... இல்லை கடந்த பதினைந்து வருடங்களில் எத்தனையோ சம்பவங்கள். எவ்வளவோ உரையாடல்கள். உங்களின் எழுபத்தைந்தாவது பிறந்தநாளுக்காகப் பலரும் எழுதினார்கள். நான் எப்படி எழுத? தயக்கத்துடன் கேட்டேன். தயக்கமின்றி கூறினீர்கள். "அண்ணா" என எழுது!... பேராசிரியர் என என்னை விளிக்காதே!...அதற்குப் பலர் இருக்கின்றனர்.

"அண்ணா" என்ற உங்கள் உரிமையை எழுது, நாங்கள் கூறும் வல்வெட்டித்துறை மண்ணிற்கும் எனக்குமான உறவை எழுது. அதற்கான எனது செயலை எழுது. ஆனால் உடனே எழுத முடியவில்லை. நாட்கள் நகர்ந்தன. நீங்கள் சொன்ன வல்வெட்டித் துறை வரலாற்றைத்தான் நான் எழுதி வந்தேன். மன்னிக்கவும் கடந்த நாலைந்து நாட்களாக எழுத முனைகின்றேன். முடியவில்லை. "என்னடாப்பா. என்ன சொல்லு.." இரண்டு காதுகளிலும் உங்களின் குரல் ஒலித்துக்கொண்டே இருக்கின்றது. எல்லோரும் கேட்கின்றார்கள்?... சிவா என்ன செய்கின்றாய்?.. "அண்ணா" காளிதாசனுக்குக் காளி கொடுத்த அருள் போல எனக்கு "அருட்கடாட்சம்" கொடுத்தவர் நீங்கள்.

பேரறிஞர்களுக்கெல்லாம் ஆசானான நீங்கள் எங்களைப் போன்ற சாதாரணமானவர்களுக்குச் செய்தவைகளும் சொன்னவைகளும் மிக அதிகம். உங்களின் காலத்தில் வெறுமனே நாங்களும் வாழ்ந்தோம் என்பதற்கு அப்பால் உங்களுடன் பழகி இருக்கின்றோம். பேசி இருக்கின்றோம். நாம் மிகக்கொடுத்துவைத்தவர்கள். நாங்கள் பல்கலைக் கழகத்தைப் பார்க்கவில்லை. ஆனால் உங்களைப் பார்த்திருக்கின்றோம். பல்கலைக்கழகத்தின் ஒற்றைச்சுட்டியான "பேராசிரியர்" அல்ல நீங்கள், நீங்களே ஒரு "பல்கலைக்கழகம்" உங்களால்தான் நாங்களும் எழுதுகின்றோம்.

சிவத்தம்பி அண்ணா!

"என்னுடைய ஒரேயொரு விருப்பம் என்னவென்று சொன்னால் இந்த மகிமை குன்றாமல் நான் போய்விட வேண்டும். அதுதான் பெரிய ஆசை. ஒரு புதிய விடயம் வருகின்றபொழுது, அந்தப் புதிய

விடயத்தைத் தெரிகின்ற இரண்டாவது மூன்றாவது ஆளாக நான் இருக்கக்கூடாது. அந்தத் துறையில் உள்ளவர்களுக்குத் தெரிகின்ற அதே வேளையில் எனக்கும் தெரிந்தாக வேண்டும்” எனச் சொன்னீர்களே! அதுபோல் எல்லாம் தெரிந்த நீங்கள் “அந்த” பெரிய மகிமையுடன் போய்விட்டீர்கள். எல்லாவற்றிற்கும் உங்களையே பார்த்த நாங்கள்... இப்பொழுது மீண்டும் குருடர்களாய்...

கனடாவிலிருந்து,
உங்களின் சிவா
11.07.2011

(சிவா என்று நண்பர்களால் அழைக்கப்படும் “தமிழ் நீ” பொன். சிவகுமாரன் சரித்திரம், சமூகம், அரசியல் எனப் பல்வேறு தளங்களில் கட்டுரைகளை எழுதி வருகிறார். இவரது ஆக்கங்கள் வீரகேசரி, தினக்குரல், ஈழநாடு காலம், அலைஒளி ஆகிய பத்திரிகை மற்றும் சஞ்சிகைகளிலும் வெளிவந்துள்ளன.

“கோடிக்கரை வரலாறும் மாரியம்மன் வழிபாடும்” என்னும் நூலின் ஆசிரியர்.)

6. ஓய்வறியாத சிந்தனை ஆலை

சிற்பி பாலசுப்பிரமணியன்

திறனாய்வுக் கலைக்குத் தமிழில் வித்திட்டு வளர்த்த ஈழத்து இரட்டையர்களில் ஒருவர் பெரும்பேராசிரியர் கா.சிவத்தம்பி, கடந்த ஐம்பதாண்டுக் காலமாகத் தமிழ்ச் சிந்தனையாளர்களின் கவனத்தை முழுமையாகத் தன்பால் ஈர்த்த ஆழமும் பரப்பும் அவர் எழுத்துக்குள் மையம் கொண்டிருந்தன. மார்க்சியத்தில் கால்கொண்டு இலக்கிய அரங்கில் கனத்த விவாதங்களுக்குக் களம் அமைத்த கைலாசபதியின் திடுக்கிடும் மறைவு 1982இல் நிகழ்ந்த பின்னரும் ஈழம் இன அழித் தொழிப்புக்கு இரையான கொடுந்துயர்ப் பொழுதிலும் இடை முறியாது தன் வீரிய எழுத்துப் பணியைத் தொடர்ந்த கார்த்திகேசு சிவத்தம்பியைத் தமிழ் பறிகொடுத்திருக்கிறது இன்று.

வையாபுரிப்பிள்ளை பொதுவாகவும் அ.ச.ஞானசம்பந்தன் விரிவாகவும் திறனாய்வுக் கலையைக் கல்விக் களத்துக்கு அறிமுகம் செய்தார்கள். அதனை மார்க்சியப் பார்வையில் கூர் தீட்டினார் சிதம்பர ரகுநாதன். எனினும் தமிழ் இலக்கியம் குறித்த புதிய பார்வையையும் புதிய வெளிச்சத்தையும் கைலாசபதியும் கார்த்திகேசு சிவத்தம்பியும் ஒரு வில்லில் தொடுத்த இரு சரங்களெனச் செயலாற்றி மிகுந்த அர்ப்பணிப்புடன் நல்கியது வரலாறு.

சரஸ்வதி இதழ் வெளிவந்த காலத்தில் உருவம் உள்ளடக்கம் பற்றிய விவாதம் அனல் கிளப்பியது. அப்போது இலங்கை முற்போக்கு எழுத்தாளர் சங்கத்தின் 'புதுமை இலக்கியம்' இதழில் கைலாசபதி இப்பொருண்மை குறித்து எழுதிய ஒரு கட்டுரையை 'எழுத்து' இதழில் அ.செல்லப்பா எதிர்த்து 'கலை கலைக்காகவே' குரலை எதிரொலித்த போது, அதன் உள்ளீடற்ற வாதத்தை சிவத்தம்பி 'பொருளும் விமர்சனமும்' என்ற கட்டுரையால் எதிர்கொண்டார். ஏறக்குறைய சிவத்தம்பி என்ற ஆளுமை தொடக்க நாட்களில் களம் கண்ட அடையாளம் அக்கட்டுரை.

அந்த ஆரம்ப காலக் கட்டுரையிலேயே இலக்கியத்தைச் சமூகத்தின் விளைபொருள் என்று (மார்க்சிய வாதங்களை முன் வைக்காமலே) எதிர்த்தரப்பு மதிக்கின்ற ஜேம்ஸ் ரீவ்ஸ், எஃப்.ஆர். லூயிஸ், எச். ரீடு போன்ற மேலைத் திறனாய்வாளர்களின் கருத்துக்களை அணிவகுக்க வைத்துத் தம் கருத்தை நிலைநாட்டினார். முள்ளை முள்ளால் எடுப்பது போல.

அவருடைய கம்பீரமானதும் காத்திரமானதுமான திறனாய்வுப் பயணம் அருச்சுனனின் திக்விஜயம் போல் செழுமையும் வலிமையும் மிக்க கருதுகோள்களால் தொடர்ந்தது.

முதன்மையாக இலக்கியத்தில் முற்போக்கு வாதத்தின் இலக்கணத்தையும் இடத்தையும் ஐயந்திரிபற நிலைநாட்டிய பெருமை சிவத்தம்பிக்கு உண்டு. "முற்போக்கு வாதம் மனித வளர்ச்சியினை, மனித ஆற்றலின் வளர்ச்சியை, மனிதாயத்தின் வளர்ச்சியினை உள்ளடக்கி நிற்கும் வாதம்" என்று விளக்கியதோடு அமையாது, ஒரு காலகட்டத்தின் உற்பத்திப் பொருளான இலக்கியம் ஒரு காலகட்டத்தைத் தோற்றுவிக்கும் வலிமையும் உடையது எனத் தீர்மானமாக மொழிவார் சிவத்தம்பி.

முற்போக்கு இலக்கிய இயக்கத்தின் மிகப்பெரிய சாதனை அடிநிலை மக்களின் பிரச்சினைகள் அடிநிலை மக்களாலேயே எழுதப்படுவது என்று பாரிய மாற்றத்தைத் திரை விலக்கி உணர்த்துவார் சிவத்தம்பி, இந்தக் கூற்றின் விசுவரூபம்தான் இன்று விளிம்பு நிலையில் உள்ள தலித்துகளும் பெண்களும் தங்கள் வாழ்வியல் சிக்கல்களைப் புலப்படுத்தும் அக எழுச்சியாகப் பரிணாமம் கொண்டிருக்கின்றது. இதன் பின்புலம் முற்போக்கு இலக்கிய இயக்கமே என்பது பேராசிரியரின் தெளிந்த கருத்து.

தமிழ் இலக்கிய வரலாற்றை அணுகிக் கூர்ந்து பார்க்கும் ஊடுருவல் பார்வையை வகுத்துத் தந்த பெருமையும் சிவத்தம்பிக்கு உண்டு. தமிழின் கவிதையியல், பண்டைய தமிழ்ச் சமூகத்தில் நாடகம் முதலிய நூல்கள் இந்தப் பார்வையின் 'லேசர்' எனத்தக்க பாய்ச்சலை அடையாளம் காட்டுவனவாம்.

சங்க இலக்கிய காலப் படைப்புகளை ஆராயும் பேராசிரியர், அது 450 ஆண்டு கால நீட்சியுடையதாகக் கணிக்கின்றார். தொல்லியல் சான்றுகள் குவியக் குவிய சங்க காலப் பரப்பு பற்றிய அவர் கொள்கையும் விரிகின்றது. சங்க இலக்கியத் தொகுதி தனக்குள் தானே பல வளர்ச்சி நிலைப் படிகள் கொண்டது என்ற அவர் கருத்து சிந்தனைக்கு உரியது. வீரயுகக் கட்டம், நிலப்பிரபுத்துவக் கட்டம், வணிகக் கட்டம் என்ற பாகுபாட்டைச் செய்யும் பேராசிரியர், கி.பி. 250 வரை வீரயுகம் என்றும் கி.பி. 250-450 வரை நிலப்பிரபுத்துவக் காலம் என்றும் கி.பி. 400-600 வரை வணிக யுகம் என்றும் ஒரு புதிய வரையறையை முன் வைக்கின்றார் சிவத்தம்பி.

இதன் தொடர்ச்சியாகப் பேராசிரியர் சில புதிய உண்மைகளை நோக்கி நகர்கின்றார். சங்க இலக்கியங்கள் கவித்துவ அழுத்தங்களில் கொண்டிருக்கும் வேறுபாடுகளைத் தொட்டுக்காட்டுகின்றார். காலம் செல்லச் செல்ல அகம்புற மரபுகள் கரைந்து கலந்துபோவதை நெடுநல் வாடை சுட்டிக் காட்டுவதாக எடுத்துரைக்கின்றார். பேராசிரியரின் கவிதையியல் குறித்த ஆய்வு, தமிழ் ஆய்வாளர்களால் இனிப் பகுத்தும் விரித்தும் பார்க்கப்படவேண்டிய ஒன்றாகும்.

பத்துப்பாட்டில் நெடுநல்வாடை மட்டுமல்லாது முல்லைப்பாட்டும் பட்டினப்பாலையும்கூட திணை, துறை மரபில் முன்னர் இல்லாத நெகிழ்ச்சி உடையன எனச் சான்றுகளுடன் விளக்குவார் பேராசிரியர். இந் நெகிழ்வு சங்கத் தமிழ்க் கவிதையியலில் காணப்படும் வளர்ச்சி நிலை எனக் கண்டு காட்டுவார். சிலப்பதிகாரக் காப்பியத்தை நோக்கிய ஒரு நகர்வுநிலை பத்துப்பாட்டில் புலப்படுவதாகப் பேராசிரியர் சுட்டிக் காட்டுவது கவிதையியலாளரின் கூர்ந்த கவனத்துக்குரியது.

இவ்வகையில் பத்துப்பாட்டின் படைப்புகள் நான்கு மாற்றங்களை அடையாளம் காட்டுவதாய்ப் பேராசிரியர் பேசுகின்றார். 'பத்துப்பாட்டு தொகை மரபில் ஒரு விரிவு' என்பார் பேராசிரியர்.

பேராசிரியர் சிவத்தம்பி திறனாய்வுக் களத்துக்கு வெளியே தமிழ் கற்பிக்கும் நெறிகளையும் தீவிர கவனத்துக்கு உட்படுத்திய ஆய்வாளர். தாய்மொழிவழிக் கல்வி இயல்பானது மட்டுமின்றிச் சிந்தனையை வளர்க்கும் தொழிற்பாடு உடையதெனத் திண்மையாக வாதிடுவார். அதே சமயம், தமிழகத்தில் காணப்படும் இருநிலை நோக்கின் சக்கைத் தன்மையையும் அழுத்தமாக கோடிட்டுக் காட்டுவார்.

"ஆங்கிலத்தைச் சிந்தனை மொழியாக வளர்த்துக்கொண்டு மறுபுறத்தில் தனித் தமிழ்வாதம் பேசப்படும் நிலை சமூக உளவியல் ஆராய்ச்சிக்கு உட்படுத்தவேண்டிய ஒன்றாகும்" என்ற பேராசிரியரின் கூற்று தமிழகத் தமிழரின் போலித்தனத்தைத் துகிலுரித்துக் காட்டும்.

நவீன இலக்கியத்திலும் பேராசிரியரின் கவனம் குவிந்தது உண்டு. ஒரு முறை சென்னைப் பல்கலைக்கழக விருந்தினர் இல்லத்தில் தங்கியிருந்த பேராசிரியரிடம் என் 'ஒரு கிராமத்து நதி' நூலைத் தந்தேன். மறுநாள் அவரை நான் சந்தித்தபோது, 'என்னப்பா நான் போக முடியாத என் கிராமத்து நினைவுகளைத் தூண்டிவிட்டுவிட்டாயே' என்று வருத்தமான குரலில் தெரிவித்த பேராசிரியர், அந்நூலைக் குறித்து இரண்டு பக்கங்கள் கையோடு எழுதித்தந்து பாராட்டினார்.

தமிழ் இலக்கியத்தில் புதிய பார்வைகளை முன்வைத்து, நம் காலத்தில் கண்டு மகிழவும் உரையாடிப் பயன்பெறவும் ஒரு இலக்கியக் களஞ்சியமாகத் திகழ்ந்த கார்த்திகேசு சிவத்தம்பி, 'ஒரு சிந்தனை ஆலை, வேலை நிறுத்தம் செய்தது கண்டதில்லை' ஏற்கெனவே இருளடைந்து கிடக்கும் தென்திசையில் சிவந்து தெரிந்த அந்த ஒற்றை நட்சத்திரமும் உதிர்ந்து போய்விட்டதால் நம் மனம் போல் கனத்து அடர்ந்து கிடக்கிறது சோகம் கப்பிய இருள்.

7. பேராசிரியர் கார்த்திகேசு சிவத்தம்பி: ஆளுமைகளின் சேர்க்கை

லதா

தீர்க்கமான சிந்தனை, ஆழ்ந்த அறிவு, சமூகம் சார்ந்த உண்மையான அக்கறையோடு தற்காலத்தில் வாழ்ந்த மிகச் சில உலகத் தமிழறிஞர் களில் குறிப்பிடத்தக்கவர் இலங்கையைச் சேர்ந்த பேராசிரியர் கார்த்திகேசு சிவத்தம்பி. அவர் ஜூலை 6ஆம் தேதி புதன்கிழமை இரவு மாரடைப்பால் காலமானார். அவருக்கு வயது 79. 1932ஆம் ஆண்டு யாழ்ப்பாணம், கரவெட்டியில் பிறந்த சிவத்தம்பி, யாழ்ப்பாணப் பல்கலைக்கழகத்தில் ஆசிரியராகப் பணியாற்றினார். இங்கிலாந்தின் பேர்மிங்காம் பல்கலைக் கழகத்தில் இவருக்கு டாக்டர் பட்டம் கிடைத்தது. 17 ஆண்டுக் காலம் யாழ்ப்பாணத்தில் பல்கலைக்கழகத்தில் பணியாற்றிய சிவத்தம்பி, கிழக்குப் பல்கலைக்கழகத்திலும் 2 ஆண்டுகள் பணியாற்றினார். பல்வேறு நாடுகளின் பல்கலைக்கழகங்களில் தமிழ்த் துறையில் வருகைதரு பேராசிரியராகவும் பணியாற்றியுள்ள பேராசிரியர் கா.சிவத்தம்பி தமிழ் மொழி, இலக்கியத்தில் ஆழ்ந்த புலமை கொண்டவர். திறனாய்வாளர், சமூகவியலாளர், அரசியல் சிந்தனையாளர், பல்துறை புலமை கொண்டவர். அவருக்கு அஞ்சலி செலுத்தும் விதமாக இக்கட்டுரை.

சிங்கப்பூரில் 1992ஆம் ஆண்டு நடைபெற்ற முதல் உலகத் தமிழாசிரியர் மாநாட்டில் அறிஞர் சிவத்தம்பியின் உரையை முதன் முதலாகக் கேட்ட போது, அசாதாரணமான அறிவாற்றல் பெற்ற, சமூக அக்கறையுள்ள பேரறிஞர் ஒருவரைச் சந்திக்கும் வாய்ப்பு கிடைத்துள்ளது என்பது புரிந்தது. அப்போதுதான் செய்தியாளாராகப் பணி தொடங்கியிருந்த எனக்குத் தமிழ்த்துறை சார்ந்த அறிஞர்கள் பற்றியோ தமிழியலின் விரிந்த பரப்பு குறித்தோ ஆழ்ந்த அறிவு இருக்கவில்லை. எனினும் அவரிடம் பேச வேண்டும் என்ற அவா வெகுவாக ஏற்பட்டிருந்தது. எழுத்தாளர்களும் சினிமாத் துறை சார்ந்தவர்களும் "என்னைப் பற்றி முழுமையாகத் தெரியாமல் என்னை எப்படி நீ பேட்டி காண வரலாம்" எனப் பயமுறுத்தி இருந்ததால் மிகுந்த தயக்கதோடு, அவரிடம் சென்று பேட்டி கேட்டேன். உனக்கு என்னைப் பற்றி என்ன தெரியும் என்று கேள்வியே அவர் எண்ணத்தில்கூட எழவில்லை. மிகுந்த பணிவோடும் அன்போடும், "1 மணிக்கு வாம்மா பேசலாம்" என்றார். பலபேர்

அவருடன் பேசிக்கொண்டிருந்தபோதும், நேரம் கொடுத்ததை மறக்காமல், “சொல்லம்மா உனக்கு என்ன தெரிய வேண்டும்,” என்று ஆரம்பித்தார்.

தமிழ்க் கல்வி, குறிப்பாக இரண்டாம் மொழியாகத் தமிழைக் கற்றுக் கொடுப்போருக்குத் தேவையான ஆற்றல், சிக்கல், சவால்கள் என ஆரம்பித்து தமிழ் மொழி, இலக்கியம் எனப் பல தளங்களிலும் இரண்டு மணி நேரத்துக்கும் மேலாக அவர் அளித்த மிக ஆழமான பேட்டி ஒலிநாடாவில் பதிவாகவில்லை. எனினும் மனதிலும் குறிப்பேட்டிலும் பதிந்துகொண்டவற்றை உள்வாங்கி, செய்தித்தாள் வாசகர்களுக்கு ஏற்ப செய்தி எழுதிவிட்டாலும் மிகவும் பதற்றமாகவே இருந்தது. என்றாலும் மீண்டும் அவரைச் சந்தித்து உரையாட வேண்டும் என்ற ஆவல் அதிகரித்தே இருந்தது. எழுதியதில் ஏதாவது தவறு கண்டு பிடித்துவிடுவோரோ என்ற பயத்தோடும் என்னைச் சந்திக்க அவர் மீண்டும் நேரம் ஒதுக்குவாரோ என்ற கவலையோடும் அவரை எப்படிச் சந்திப்பது என்று யோசித்தேன். அப்பொது தமிழ் முரசு பத்திரிகையின் ஆசிரியராக இருந்த அமரர் வை.திருநாவுக்கரசுவிடம், பேராசிரியர் சிவத்தம்பியைச் சந்திப்பீர்களா எனக் கேட்டேன். “இலங்கையைச் சேர்ந்த பேரறிஞர்களில் ஒருவர் அவர். நிச்சயம் சந்திக்க வேண்டும்,” என்றார். பேராசிரியரைச் சந்திக்க மீண்டும் வாய்ப்பு கிடைத்த மகிழ்ச்சியில் மறுநாள் காலையிலேயே அவர் தங்கியிருந்த ஹோட்டலில் பத்திரிகை ஆசிரியருடன் அவரைச் சென்று பார்த்தேன். அனுபவத்திலும் வயதிலும் அறிவிலும் பன்மடங்கு பெரியவரான வை.திருநாவுக்கரசுடன் எவ்வளவு மரியாதையுடன் பேசினாரோ, அதே அன்போடு என்னிடமும் உரையாடினார். அவர்தான் பேராசிரியர் சிவத்தம்பி.

எந்த விதமான பேதங்களும் இன்றி, எல்லா மனிதர்களுடனும் ஒரே மாதிரியான அன்போடும் கனிவோடும் பேசும் அவரைப் போன்ற அறிஞர்களைச் சந்திப்பது மிக மிக அரிது. எத்தனை பட்டங்கள், பெருமைகள், சிறப்புகள், மகுடங்களைப் பெற்றிருந்தபோதும் மனிதரைக் காட்டிலும் பெரிது எதுவுமில்லை என்றே இறுதிவரை வாழ்ந்தவர்.

“எந்த மனிதனும் தான் சந்தித்த - உறவாடிய மனிதர்கள் எல்லாரினதும் தாக்கங்களினாலும் செல்வாக்கினாலும் உருவாக்கப்பட்ட ஓர் ஆளுமைச் சேர்க்கைதான்,” என்பார் பேராசிரியர். தமிழ்ச் சமூகத்தின் காத்திரமான பல ஆளுமைகளின் ஒரு தனிச் சேர்க்கை அவர்.

ஈழத்தவர்கள் பெரும்பாலும் பேராசிரியர் என விளிப்பது அவரை மட்டும்தான். உண்மையிலேயே ஒரு பேராசானாக வாழ்ந்த அவர்,

சந்திப்பவர்கள் அனைவரிடத்திலும் நெருக்கமும் ஈர்ப்பும் ஏற்படுத்தும் அசாதாரணமான மனிதர், இலக்கியம், அரசியலில் இருந்து சினிமா, தொலைக்காட்சித் தொடர்கள் வரை வரலாற்றுப் பின்னணியோடு அவர் பேசுவதைக் கேட்டுக்கொண்டே இருக்கலாம். பல சொல்லாக்கங் களைச் செய்வார். அழகான, அர்த்தமுள்ள தமிழ்ச் சொற்கள் அருவியாக அவர் பேச்சில் சொரியும். அதுவரை எங்கும் படித்தோ கேட்டோ இராத கருத்தாக்கங்கள் வியக்கவைக்கும். இடையிடையே அவர் எழுப்பும் கேள்விகள் அறிவுநிலை தாண்டியும் சிந்திக்கவைக்கும்.

ஒருமுறை அங் மோ கியோ நூல் நிலையத்தில் உரை நிகழ்ச்சி முடிந்து உரையாடிக்கொண்டிருந்தபோது, நாகரிகம் என்பதும் பண்பாடு என்பதும் எப்படி வேறுபடுகிறது என்று விளக்கினார். நாகரிகம் என்பது காலம் சார்ந்தது. பண்பாடு என்பது எப்போதும் நம்முடனேயே இருப்பது என்று கூறிய அவர், கலாசாரம் என்ற வட சொல்லைவிட, பண்பாடு என்ற தமிழ்ச் சொல்லுக்குரிய அர்த்தச் செறிவையும் எடுத்துக்கூறினார். பிறகு நடிகர் திலகம் சிவாஜி கணேசனைப் பற்றிப் பேசியபோது, உலக சினிமாவில் அவர் ஒரு முக்கியமான கலைஞர் என்பதையும், அவரது நடிப்பு சினிமா படிப்பில் ஒரு பாடமாக வைக்கப்பட வேண்டியதன் கட்டாயத்தையும் எடுத்துக் கூறினார். ஜெர்மானிய நாடகக் சுலைஞரான பெர்தோல்ட் பிரா்ஃக்டின் (Bertholt Brecht) பல நாடகவியல் சிந்தாந்தங்களை அவர் உருவாக்குவதற்கு முன்னரே, அவற்றைச் செயல்படுத்திக் காட்டியவர் சிவாஜி. அவரின் நடிப்பை அந்தக் காலகட்டத்தின் கண்ணோட்டத்தில், தமிழ் மரபின் பார்வையில் பார்க்க வேண்டும் எனக் கூறினார்.

“தமிழ்ச் சமூகத்தைத் தமிழ் இலக்கியப் பாரம்பரியத்தினூடாகப் புரிந்துகொள்வது முக்கியம். மேற்கத்தியக் கல்வியாலும் சிந்தனை களாலும் தமிழ்ச் சமூகத்தையோ சிந்தனையையோ விளங்கிக்கொள்ள முடியாது,” என்று குறிப்பிட்டவர், மேற்கத்தியத் தத்துவ நூல்கள் பலவற்றின் முன்னோடியாகத் திருக்குறள் திகழ்கிறது என்றார். “திருக்குறள் முறையாக உலக அரங்கில் முன்னெடுக்கப்படவில்லை” என்றது போலவே, மாணிக்கவாசகரும் இருட்டடிப்புக்கு உள்ளாக்கப் பட்டுள்ளார் என்றும் வருத்தப்பட்டார். தேவாரத் திருவாசகங்களைத் தொகுத்த நம்பியாண்டார் நம்பியும் அன்றைய அரசின் சிந்தனைப் போக்கும், முற்போக்கான சிந்தனை பெற்றிருந்த மாணிக்கவாசகருக்கு அதிக இடம் கொடுக்கப் பயந்துள்ளது என்றார். இப்படி, ஆய்தறிந்த அவரது கருத்துகளும் விவாதங்களும் எவரது சிந்தனையையும் அடுத்த தளத்திற்குக் கொண்டுசெல்லும் கருத்தாழம் பெற்றவை.

தமிழ் மொழியிலும் ஆங்கில மொழியிலும் ஆழமான புலமை பெற்றிருந்த பேராசிரியர், தமிழ் மொழி, இலக்கியம், கலைகள், சமூகம், பண்பாடு, மதம், இனம், அரசியல் எனப் பல தளங்களிலும் மிக விரிவான ஆய்வுகளை மேற்கொண்டவர். தமிழிலும் ஆங்கிலத்திலும் 70க்கும் மேற்பட்ட நூல்களையும் பலநூறு ஆய்வுக் கட்டுரைகளையும் எழுதியிருக்கிறார். தமிழ் விமர்சனத் துறையை முன்னெடுத்தவர்கள் எனக் கூறப்படுபவர்கள் கா.சிவத்தம்பியும், அவரது ஆசிரியரான கைலாச பதியும், தமிழ் இலக்கிய விமர்சனத்துக்கு மதிப்பையும் தகுதியையும் ஏற்படுத்தித் தந்தவை இவர்களின் எழுத்துகள்.

"இலக்கிய விமர்சகனின் அடிப்படையான பணி வெறுமனே அபிப்பிராயம் மட்டும் சொல்வதில்லை," என்று விமர்சகனின் பணி குறித்து பேராசிரியர் கருத்தில்கொள்ளவேண்டிய ஒன்று. படைப்பாளிகள் சார்ந்தல்லாமல், படைப்புகளை அடிப்படையாகக் கொண்டு உவப்பு வெறுப்பில்லாமல் தமிழ் இலக்கிய வரலாறு எழுதப்பட வேண்டும் என்பதில் தொடர்ந்து முனைப்புடன் செயல்பட்டு வந்தவர் பேராசிரியர். தமிழ் நாடகத்தில் தொடங்கி, தமிழ்ச் சிறுகதை, தமிழ் சினிமா, கணினிவழித் தமிழ் மக்கள் தொடர்பாடல் சார்ந்த அனைத்து துறைகள் வரையிலும் தொடர்ந்து ஆழமான தேடலும் சிந்தனையும் கொண்டிருந்த அவர், அவற்றின் சமூகவியல் தன்மைகள் குறித்து ஆராய்வதிலும் அயராது உழைத்தார்.

மார்க்சிய சிந்தனையாளரான பேராசிரியர், அதனையும் விமர்சனக் கண்ணோட்டத்துடனேயே அணுகிவந்துள்ளார். "மார்க்சியம் காலத்திற்கேற்றபடி வளர்க்கப்பட வேண்டும். மார்க்சிய சிந்தனையின் பிரயோகம் இல்லாமல் சமூக ஒடுக்குமுறைகளை, சுரண்டல் முறைகளை ஒழிக்க முடியாது. ஒடுக்கு முறைகளையும் சுரண்டல் முறைகளையும் பயன்படுத்தி வளரும் நிறுவனங்கள், மார்க்சிய சிந்தனையை ஊக்குவிக்கப்போவதுமில்லை. ஆனால், மார்க்சியம் ஒரு முக்கியமான இண்டலெக்சுவல் இயக்கமாக இருக்கும். அதனைப் புதிய சூழலுக்கு ஏற்ப, புதிய முறையில் சிந்திக்க வேண்டும். மார்க்சியம் தொடர்ந்து மனித விமோசனத்திற்கான இலக்குகளைக் காட்டுகிற அளவு, தத்துவமாக நீடிக்கும்," என்ற நம்பிக்கையைக் கொண்ட அவர், தமிழ்ச் சமூகத்தின் தன்மைக்கேற்ப மார்க்சியத் தத்துவங்கள் உருவாக்கப்பட வேண்டும் என்ற கருத்தையுடையவர், அதனாலேயே ஆன்மீகம் குறித்தும் பண்பாடு குறித்தும் தமிழ்த் தேசியம் குறித்தும் அவரால் ஆழமாகப் பேச முடிந்துள்ளது. எனினும் அவரின் இந்தச் சிந்தனைப் போக்கே, அவரை முரண்பட்ட கருத்துகள் உள்ளவராக ஒருசிலர் குறைகூறவும் காரணமாக அமைந்தது.

தமிழ்த் தேசியத்தின் தோற்றத்தையும் வளர்ச்சியையும் தெளிவாக உணர்ந்தறிந்தவர் பேராசிரியர். அதேநேரத்தில், அதில் பேணப்பட வேண்டிய சமத்துவம் குறித்து அவருக்கு விமர்சனங்கள் இருந்தன. அவர் தம்மை ஈழத்தமிழன் என்று சொல்லாமல் 'இலங்கையர்' என்று சொல்வது தமிழர்களுக்குக் கிடைக்க வேண்டும் என அவர் விரும்பிய சம உரிமையின் அடிப்படையில்தான். "இலங்கை நாட்டின் அரசியல், பொருளாதார, சமூக வளர்ச்சியில் பெரும் பங்கை ஆற்றிவந்துள்ள தமிழர்கள், அந்நாட்டில் சம அதிகாரமும் அந்தஸ்தும் பெற்றிருக்க வேண்டும். அதற்கான முழு உரிமையும் தமிழ் மக்களுக்கு உள்ளது," என்று உறுதிபடக் கூறியவர் அவர்.

"இலங்கை மக்களுக்கிடையே புரிந்துணர்வு இல்லாமல் போனதற்கு நாட்டின் மொழிக் கொள்கையே முக்கிய காரணம். தமிழர்கள் சிங்களமும் சிங்களவர்கள் தமிழும் படிக்க வேண்டும்" என்று கூறிய அதே நேரத்தில், ஒரு குழந்தையின் ஆரம்பக் கல்வி தாய்மொழியிலேயே இருக்க வேண்டும் என்பதில் உறுதியான கருத்தைக் கொண்டிருந்தார். "ஆங்கிலத்தில் தொடக்கக் கல்வியைக் கற்பிப்பதன் மூலம் பிள்ளை களுக்குப் பெரிய அறிவு வருவதாகச் சொல்வதற்கு என்ன சாத்தியப்பாடு இருக்கிறது. ஏனென்றால் அந்தப் பிள்ளையினுடைய பண்பாட்டுச் சூழலில் இல்லாத விடயங்களாக அங்கு பேசப்படுகின்றன. வீட்டில் அந்தச் சூழல் இல்லையென்றால் அந்தப் பிள்ளைக்கு அந்த மொழி வராது. தமிழன் என்கிற முறையில் சொல்கிறேன், தொடக்க நிலைக் கல்வி தாய்மொழியில்தான் இருத்தல் வேண்டும்," எனப் பலமுறை அவர் வலியுறுத்தியுள்ளார்.

90களின் கடைசியில் வெளிநாடுகளில் இரண்டாம் மொழியாகத் தமிழ் பயிலும் மாணவர்களுக்கான தமிழ்ப் பாடநூலாக்கத்திற்காகச் சில நாட்கள் அவர் சிங்கப்பூரில் தங்கியிருந்து பணிபுரிந்தபோது, அவரை அடிக்கடி சந்திக்கும் வாய்ப்பு கிடைத்தது. பாட நூலாக்கம் தொடர்பாகவும் வேறு துறைகள் சார்ந்தும் அவர் பலருடனும் உரையாடிக்கொண்டே இருப்பார். இரவு 3, 4 மணி வரை அவரது விவாதங்கள் தொடரும். எழுத்தில் காணமுடியாத காரசாரமான விவாதங்களையும் கருத்துகளையும் அவரது நேரடிப் பேச்சில் காணலாம். எத்தனை ஆழமாகப் பேசுபவர் செல்கிறாரோ, அதைவிட ஆழத்திற்குச் சென்று அதுவரை அறிந்திராத கோணத்தில் சிந்திக்கவைப்பார். விவாதங்களையும் எதிர்க்கருத்து களையும் விரும்பி வரவேற்பவர் பேராசிரியர்.

சங்க இலக்கியம் முதல் சினிமாப் பாடல்கள் வரை அறிந்து வைத்திருந்த பேராசிரியர், பழையனவற்றைக் கழித்துப் புதியனவற்றைப்

புகுத்துவதில் முனைப்பானவர். வாழும் காலத்துக்கும் சூழலுக்கும் ஏற்ப தமிழ்ப் பாடம் அமைய வேண்டும் என்பதை வலியுறுத்துவார். தமிழ்ப் புலவராக, ஆசிரியராக, ஆர்வலராக இருந்த அதேவேளையில், மாணவர்களின் உளவியலையும் கற்றல் திறன்களையும் அறிந்தவராக இருந்தார். அதனால் மாணவர்களுக்கு அறிவூட்டுவதில் மொழியையும் தாண்டி, அவர்களது உளத் தேவைகளையும், பண்பாட்டு உருவாக்கத் தேவைகளையும் அவரால் உணர முடிந்தது. அதற்கேற்ப பாடங்களை உருவாக்க முடிந்தது.

இலக்கிய, மொழித் துறைகளில் ஈடுபாடு காட்டிய அளவுக்குப் பொதுத்துறையிலும் ஈடுபாட்டுடன் பங்களித்துள்ளார் பேராசிரியர். அவரின் சமூக ஈடுபாடும் முயற்சிகளும், முன்னெடுப்புகளும் பதிவு செய்யப்படவேண்டிய முக்கிய வரலாற்றுக் குறிப்புகளாகும். பல்கலைக் கழகப் பேராசிரியராகவும் துறைத் தலைவராகவும் விளங்கிய பேராசிரியர் சிவத்தம்பி, பொதுவுடைமை இயக்கவாதி, இலங்கை முற்போக்கு எழுத்தாளர் சங்கத்தில் ஆரம்பித்த அவரது பொதுவுடைமை இயக்கச் செயல்பாடுகள் பல்வேறு தளங்களிலும் தாக்கம் ஏற்படுத்தியுள்ளதாகப் பலரும் குறிப்பிட்டுள்ளனர். யாழ்ப்பாணத்தின் சாதிக் கொடுமைகளுக்கு எதிராக அவர் நடத்திய போராட்டம் வரலாறு அறிந்தது. தீண்டாமை ஒழிப்பை வலியுறுத்தும் படைப்புக்களை ஊக்குவித்தவர் அவர். கல்வித் துறையிலும் இலக்கியத் துறையிலும் அவரது ஆதிக்கம் - சார்புநிலைகள் குறித்து எஸ்.பொ. போன்றவர்கள் விமர்சனங்களை எழுப்பினாலும் எஸ்.பொ உட்பட பலருக்கும், அவர்களது எழுத்துகளுக்கும் ஆக்கப் பூர்வமான விமர்சன ஆதரவை வழங்கியிருப்பவர் பேராசிரியர்.

ஈழத் தமிழ் மக்களின் விடுதலைப் போராட்டத்தில் பேராசிரியர் ஆற்றியிருக்கும் பங்கு முக்கியமானது. ஈழத்தில் போர் நடைபெற்ற காலங்களில் தமிழ்க் குடிமக்கள் குழு ஒன்றியத்தின் தலைவராகவும்; 2005 வரை அகதிகள் மறுவாழ்வு நிறுவனத் தலைவராகவும் தொண்டாற்றி யுள்ளார் பேராசிரியர். 80களில் இலங்கை அரசு - தமிழ்ப் போராளிகளுக் கிடையிலான போர் நிறுத்தக் கண்காணிப்புக் குழுவில் இருந்த இரு தமிழர்களில் பேராசிரியரும் ஒருவர் என்பது குறிப்பிடத்தக்கது. ஒரு கட்டத்தில் வடக்கு - கிழக்கு ஒருங்கிணைந்த தமிழ்ப் பகுதிக்கு முதலமைச்சராக, அவர் பரிந்துரைக்கப்பட்டவர். பல அச்சுறுத்தல்களுக் கிடையிலும் விடுதலைப் போராட்டத்தில் ஈடுபட்டிருந்தவர்களுடனும் அரசாங்கத்துடனும் பல நிலைகளில் இறுதிக் காலம் வரையில் தொடர்ந்து எழுதி, பேசி, விவாதித்து வந்துள்ளார் பேராசிரியர்.

2007க்குப் பின்னரான போர்க் காலங்களில் இலங்கையின் தினக்குரல் பத்திரிகையில் புனைபெயரில் அரசியல் கட்டுரைகளை எழுதினார். போர்க் காலங்களில் போர் நிலவரம் குறித்த உண்மையான தகவல்களையும் நிலைப்பாடுகளையும் தெரிந்துகொள்ள அவரை அடிக்கடி தொடர்புகொள்வேன். பல காரணங்களுக்காகப் பல கருத்துகளை அவர் வெளிப்படையாகச் சொல்வதில்லை. அதாவது, எழுதுவதோ பேசுவதோ இல்லை. ஆனால், குறிப்பிட்ட தரப்பினரிடம் நேரடியாகவும் துணிச்சலாகவும் அவர் பேசியுள்ளார். அவர் கூறிய செய்திகளும் செயல்களுக்கான விளக்கங்களும் செய்திகளைத் தார்மீக நியாயத்தோடும் பக்கச் சார்பற்றுப் பார்க்கவும் எழுதவும் எனக்கு மிகவும் உதவின.

அவரது நியாயமான, துணிந்த கருத்துகளால் அவருக்கு எல்லாத் தரப்பிலிருந்தும் ஆபத்துகள் ஏற்பட்டது. இந்திய இராணுவத்தினர் ஒழிக்கக் கருதிய தமிழ் அறிஞர்கள் பட்டியலில் பேராசிரியர் பெயரும் இருந்ததாகக் கூறப்பட்டது. அதேபோல் ஒரு காலத்தில் புலிகள் அவரை எதிரியாக நினைத்தனர். பின்னர் அவரின் கருத்துகளின் உண்மையைப் புரிந்துகொண்டு அவரது ஆலோசனைகளைக் கேட்டனர். இலங்கை அரசாங்கமும் ஒரு கட்டத்தில் அவரைப் புலி ஆதரவாளர் என முத்திரை குத்தி சிரமங்களைக் கொடுத்தது. தஞ்சாவூரில் நடைபெற்ற எட்டாவது உலகத் தமிழ் மாநாட்டுக்குச் சென்ற அவர், அதே விமானத்திலேயே திருப்பி அனுப்பிவைக்கப்பட்டார். சில ஆண்டுகளுக்கு முன்னர் வெள்ளை வானில் கடத்தப்பட்ட அவருடைய மைத்துனருக்கு என்ன ஆனதென இன்றுவரை தெரியவில்லை. ஆனால் தம்மைக் குறை சொல்லியவர்கள், விமர்சித்தவர்கள், களங்கப்படுத்தியவர்கள், கொல்ல நினைத்தவர்களையெல்லாம் அவர் மன்னித்தார். தம்மை எதிர்த்தவர்களையும் நேசித்த உயர் தமிழ்ப் பண்பாளர் பேராசிரியர்.

செம்மொழி மாநாட்டுக்கு முதலில் செல்ல மறுத்த அவர், பின்னர் ஆய்வுக் கட்டுரை தேர்வுக் குழுவுக்குத் தலைவராகப் பொறுப்பேற்றதுடன் மாநாட்டில் பங்கேற்று பேசியதற்குப் பலரும் விமர்சனங்களை எழுப்பினர். ஆனால், அவர் அப்படிச் செய்ததற்குக் காரணம் என்ன என்பது பற்றி அவரை விமர்சித்தவர்கள் சிந்திக்கவில்லை. அவர் செம்மொழி மாநாட்டுக்குச் சென்றாலும் தமது கருத்துநிலையில் உறுதியாக இருந்துள்ளார் என்பதற்கு, பேராசிரியர் கா.சிவத்தம்பியின் மறைவுக்கு பெர்க்லி பல்கலைக்கழகத்தின் ஜார்ஜ் எல் ஹார்ட் எழுதிய செய்தி ஓர் அத்தாட்சி. "உலகத் தமிழ்ச் செம்மொழி மாநாட்டின்போது அன்றைய முதல்வரை அவர் தங்கியிருந்த விடுதியின் அறையில் சந்திக்கப் போயிருந்தபோதுதான் நாங்கள் மீண்டும் சந்தித்துக்கொண்டோம்.

சிவத்தம்பி மாறவே இல்லை. முதல்வருக்கு உவப்பளிக்காத, ஆனால் சொல்லியே ஆகவேண்டிய பல விஷயங்களை அவர் பேசிக்கொண்டே போனார். முதல்வரிடம் பேசியபோது சிவத்தம்பியின் ஆளுமை எப்படி வெளிப்பட்டது என்பது இப்போதும் என் நினைவில் இருக்கிறது." என்று ஜார்ஜ் எல் ஹார்ட் குறிப்பிட்டிருக்கிறார்.

எத்தகைய ஆபத்துகள் பேராசிரியரைச் சூழ்ந்திருந்திருந்தும், அவற்றையும் மீறி அவர் எவ்வாறு செயல்பட்டு வந்தார் என்பதை யெல்லாம் புரிந்துகொள்வது அரசியல் மற்றும் சமூகவியலில் பேராசிரியர் காட்டிவந்த தன்னலமற்ற ஈடுபாட்டை அறிந்துகொள்ள உதவும். தமது கருத்துகளிலும் செயல்பாடுகளிலும் தவறோ பிழையோ இருந்தால், எவரிடமும் அதை ஒப்புக்கொள்ளச் சிறிதும் தயங்கியவரல்ல பேராசிரியர். ஆரம்ப காலத்தில் மார்க்சிஸ்டுகள் தமிழ்த் தேசிய வாதத்தைக் கையில் எடுக்காதது தவறு என்பதை ஒப்புக்கொண்டவர் அவர்.

சிங்களம் நன்கு அறிந்த அவருக்குப் பல துறைகளிலும் சிங்கள நண்பர்கள் இருந்தனர். அரசியல் தலைவர்களும் அவரிடம் நேரிடியாகக் கருத்துப் பரிமாறுவார்கள். எல்லாத் தரப்பினரிடத்திலும் ஆளுமை யுடனிருந்த பேராசிரியர், தமிழ்த் தேசியம் தொடர்பான சில கருத்துகளை வெளிப்படையாகச் சொல்லியிருக்கலாம், சில காரியங்களை முன்னெடுத்திருக்கலாம் என்ற வருத்தம் பலருக்கு உண்டு. அவர் அப்படிச் செய்யாததற்குத் தனிப்பட்ட காரணம் மட்டுமே இருக்கும் என நான் கருதவில்லை. ஏனெனில், காத்திரமான அவரின் கருத்துகளை நான் நேரில் கேட்டுள்ளேன். அவற்றை வெளிப்படையாக எழுதவோ பேட்டிகளில் குறிப்பிடவோ வேண்டாம் என அவர் மறுத்து வந்ததற்கு, அதனால் நன்மைகளைவிட தீமைகளே அதிகம் ஏற்படும் என அவர் நினைத்திருக்கலாம். அவற்றைப் புரிந்துகொள்ளக்கூடிய சூழலோ பக்குவமோ ஏற்படவில்லை என்றும் அவர் கருதியிருக்கலாம்.

எனினும், சம்பந்தப்பட்டவர்களிடம் எவ்விதச் சமரசமோ பயமோ இன்றி தமது கருத்துகளையும் வாதங்களையும் கடைசிவரை முன்வைத்தவர் என்பது பேராசிரியரை அறிந்தவர்கள் அனைவரும் அறிந்த உண்மை. இலங்கை - இலங்கைத் தமிழர் வரலாற்றையும் தமிழ் தேசிய, விடுதலைப் போராட்டம் குறித்த வரலாற்றையும் புதிய ஆய்வுகள் - ஆதாரங்களுடன் எழுதும் பணியை வரலாற்று அறிஞர் களுடன் இணைந்து பேராசிரியர் துவக்கி வைத்திருக்கலாம். அத்தகைய காத்திரமான பணியை மேற்கொள்வதற்கான ஆளுமையுடையவர் பேராசிரியர்.

மிக நுட்பமான அறிவையும் சிந்தனையையும் பெற்றதற்கும் ஆக்க பூர்வமான பல காரியங்களை ஆற்ற முடிந்ததற்கும் அவருக்கு நல்ல குருவும் மனைவியும் அமைந்தது காரணம் என்று பல இடங்களில் பேராசிரியர் தெரிவித்துள்ளது மனப்பூர்வமான கருத்து. பேராசிரியருக்குச் சிந்தனைத் தெளிவை ஏற்படுத்த அவரது ஆசான்களும்; கல்வி, சமூகம், அரசியல் உட்பட பல துறைகளில் அவர் தம்மை முழுமையாக அர்ப்பணித்துக்கொள்ள முழுமையான ஆதரவையும் ஊக்கத்தையும் இறுதிக்காலம் வரை வழங்கி வந்த அவரது துணைவியார் திருவாட்டி ரூபவதியும் சமூகத்துக்கு அளப்பரிய சேவை புரிந்துள்ளனர். உடல் கோளாறுகளோ குடும்பப் பொறுப்புகளோ தாக்கா வண்ணம் அவர் தமது பணியைத் தொடர ஏறக்குறைய ஐம்பது ஆண்டுகள் உடனிருந்து உதவியுள்ளார் அவரது மனைவி.

நீரிழிவு நோயும் பார்வைக் கோளாறும் மிகவும் துன்புறுத்திய போதும் வாசிப்பதையும் எழுதுவதையும் கடைசிவரை பேராசிரியர் தொடர முடிந்தமைக்கு அவரது துணைவியார் ஒரு முக்கிய உந்துசக்தி. பல லட்சம் பேர்களில் ஒருவருக்கு ஏற்படக்கூடிய அரிதான பார்வைக் குறைபாடு பேராசிரியருக்குப் பல காலம் முன்னரே ஏற்பட்டது. சரிசெய்ய முடியாத அக்குறைப்பாட்டினால் அவர் மிகவும் சிரமப்பட்டார். அதிக வெளிச்சத்தைப் பார்க்க முடியாது, என்றாலும் தமது கைப்பட கடிதங்களையும் சில செய்திகளையும் எழுதுவார்.

அவரின் புத்தகங்கள் வெளிவரும்போதெல்லாம், எனக்கு ஒரு நூலை கையெழுத்துப் போட்டு எவரிடமாவது கொடுத்து விடுவார். பல சமயங்களில் அந்தப் புத்தகங்கள் கைக்கு வந்து கிடைக்கா விட்டாலும் அவர் வருத்தப்படக்கூடாது என்பதற்காக அவரிடம் பெற்றுக்கொள்கிறேன் என்று சொல்வேன். “படித்துவிட்டு கருத்துச் சொல்லம்மா,” என்று சிறு குழந்தையின் ஆவலோடு சொல்வார். அதேபோல் அவரைப் பற்றி எழுதுபவைகளையும் மறக்காமல் தமக்கு அனுப்பிவைக்கச் சொல்வார்.

வார்த்தைகளில் விவரிக்க முடியாத அறிவாற்றலும் ஆளுமையும் அன்பும் நிறைந்த மகத்தான மனிதரை என் வாழ்நாளில் சந்தித்துப் பேசும் வாய்ப்பைப் பெற்றதை ஒரு பெரும் பேறாகவே கருதுகிறேன். வாழ்க்கையில் தனி மனிதரிலும் பார்க்க குடும்பமும் சமூகமும் முக்கியமான அலகுகள் என்பது பேராசிரியரின் பட்டறிவு. தமது நான்கு தங்கைகள், தம்பி, தமது மனைவியின் நான்கு தங்கைகள், இரு தம்பிகள், தமது மூன்று பிள்ளைகளுடன் ஏராளமான மாணவர்களுக்கும் வழிகாட்டி யிருப்பவர் பேராசிரியர்.

"என்னை வளர்த்தவர்கள், நான் வளர்த்தவர்கள், எனது உறவுகள், நட்புகள் எல்லாரையும் நான் எனக்குள் காண்கிறேன். காண வேண்டும். அது ஒரு சமூகவியல் நியதி" என்று சொல்வார் பேராசிரியர். அதேபோன்று தமிழ்ச் சமூகத்தின் பல பரிமாணங்களிலும் பேராசிரியர் சிவத்தம்பியைக் காண முடியும். தமிழ் இனம், மொழி சார்ந்த எந்தவொரு ஆய்விலும் பதிவிலும் பேராசிரியரின் தாக்கம் நிச்சய மிருக்கும். தமிழ் மொழி, கலை, இலக்கியம், சமூகவியல் துறைகளின் முக்கிய கோட்பாட்டு நூல்களாகப் பேராசிரியரின் நூல்கள் என்றென்றும் இடம்பெற்றிருக்கும். இன்னும் பதிவு செய்யப்படாமல் இருக்கும் பேராசிரியரின் ஏராளமான பேச்சுகள், உரைகள், கட்டுரைகள், பேட்டிகள் போன்றவற்றையெல்லாம் தொகுத்து ஆவணப்படுத்துவதே இனிமேல் தமது முழுநேரப் பணியெனக் கூறினார் திருவாட்டி ரூபவதி. பேராசிரியரின் மீது அக்கறையும் அன்பும் கொண்டவர்கள் அவரை ஆவணப்படுத்துவதிலும் அவரது சிந்தனைகளையும் கருத்துகளையும் பரவலாக்குவதிலும் முயற்சி எடுக்க வேண்டும்.

பேராசிரியரைத் தெரிந்தவர்கள், அறிந்தவர்கள், படித்தவர்கள் அனைவரிலும் அவரைக் காண முடியும். காரணம், அழிவற்றது அறிவு; எல்லைகள் கடந்தது ஞானம்; என்றென்றும் நிலையானது மனித நேயம்.

(கவிஞரும் சிறுகதை எழுத்தாளருமான லதா ஈழத்தில் பிறந்தவர். தற்போது சிங்கப்பூரிலிருந்து வெளிவரும் தமிழ்முரசு பத்திரிகையில் பணியாற்றுகிறார்.)

மதிப்பீடுகள்:

எம்.ஏ.நுஃமான்

பேராசிரியர் செ.வை.சண்முகம்

முனைவர் வ.மகேஸ்வரன்

பேராசிரியர் செல்வா கனகநாயகம்

கலாநிதி அமுது யோசவ் சந்திரகாந்தன்

கவிஞர் சேரன்

பேராசிரியர் பெ.மாதையன்

பேராசிரியர் வீ.அரசு

8. பேராசிரியர் கா. சிவத்தம்பி: ஒரு பல்துறைப் புலமையாளன்

எம். ஏ. நுஃமான்

பேராசிரியர் சிவத்தம்பியோடு எனக்கு முப்பதாண்டுகளுக்கு மேலான பழக்கம். பன்னிரண்டு ஆண்டுகள் அவருடன் யாழ் பல்கலைக்கழகத்தில் பணியாற்றியிருக்கிறேன். அதன் பிறகும் நேரிலும் தொலைபேசியிலும் அடிக்கடி தொடர்புகொண்டிருக்கிறேன். அவரது மரணச் செய்தியை நண்பர் குமரன் தெரிவித்தபோது ஒருகணம் நான் உறைந்துபோனேன். அவர் சுகவீனமாய் இருக்கிறார் என்பது தெரியும். இன்னும் நீண்ட காலம் அவர் வாழ முடியாது என்பதும் தெரியும். எனினும், இவ்வளவு விரைவில், சடுதியாக அவர் மறைந்துவிடுவார் என்று நான் எதிர்பார்க்கவில்லை.

கடந்த மாதம் 18ஆம் திகதி அவரது எண்பதாவது பிறந்தநாளை ஒட்டி அவரது ஊரவர்கள், அவரது பள்ளித்தோழர்கள், கரவை விக்னேஸ்வரா கல்லூரி பழைய மாணவர்கள், கொழும்பு தமிழ்ச் சங்கத்தில் ஒரு விழா எடுத்தார்கள். 'கரவை விக்னேஸ்வரா வழிவந்த ஒரு தமிழ் அறுவடை' என்னும் பெயரில் பேராசிரியர் பற்றி ஒரு நூல் வெளியிட்டார்கள். அந்தக் கூட்டத்தில் கலந்துகொண்டு நான் பேச வேண்டும் எனப் பேராசிரியர் பெரிதும் விரும்பினார். இரண்டு மாதங்களுக்கு முன்னரே தொலைபேசியில் தொடர்புகொண்டு நீ கட்டாயம் வர வேண்டும் என்று கேட்டுக்கொண்டார். பின்னர் இடைக்கிடை நினைவூட்டினார். அது நட்புரிமையுடனான அவரது வேண்டுகோள். கூட்டத்துக்குச் சில நாட்களுக்கு முன் அவர் முதுகுவலி காரணமாகப் படுக்கையிலிருக்கிறார் என்று கேள்விப்பட்டு, தொலை பேசியில் தொடர்புகொண்டு நலம் விசாரித்தேன். "நீங்கள் சுகவீனமாய் இருக்கிறீர்களே கூட்டம் ஒத்தி வைக்கப்படுமா" என்று கேட்டேன். "கூட்டம் நடக்கும், நீ கட்டாயம் வா" என்பதுதான் அவரது பதில்.

கூட்டத்துக்கு அவரால் வர முடியாது என்பதை அறிந்து, கூட்டம் தொடங்குமுன் அவரது வீட்டுக்குச் சென்று சிறிது நேரம் பேசிக் கொண்டிருந்தேன். கட்டிலைவிட்டு எழும்பி இருக்க முடியாது என்பதைத் தவிர அவர் வழக்கமான சிவத்தம்பியாகவே என்னுடன் பேசினார். அவரது குரல், நினைவாற்றல், சிந்தனைத் தெளிவு என்பன வழக்கம்

போலவே இருந்தன. அவரது முதுகுவலி தற்காலிகமானது, விரைவில் கட்டிலில் எழும்பி உட்கார்வார் என்ற எதிர்பார்ப்புடனேயே நான் கூட்டத்துக்குச் சென்றேன். அன்றைய கூட்டம் சிறப்பாகவே நடை பெற்றது. சிவத்தம்பியால் அங்கு வர முடியாது போயினும், அவரது குடும்பத்தினர் - மனைவியும் மூன்று பெண் மக்களும் - அங்கு சமூகமளித்திருந்தனர். பேராசிரியர் பற்றிய எனது கருத்தைச் சுருக்கமாக சுமார் இருபது நிமிடம் பேசியிருப்பேன். இரவே கண்டிக்குத் திரும்ப வேண்டி இருந்ததால் கூட்டம் முடியுமுன் நான் புறப்பட்டுவிட்டேன். அதன் பிறகு அவரைச் சந்திக்கும் வாய்ப்பு இருக்கவில்லை. தொலை பேசியில் பேச நினைத்தும் முடியவில்லை. ஆறாம் திகதி காலை வேறு ஒரு விடயமாகப் பேராசிரியர் கனகரத்தினம் என்னுடன் தொடர்பு கொண்டபோது, பேராசிரியர் சிவத்தம்பியுடன் பேசுமாறு நான் அவருக்கு ஆலோசனை கூறினேன். அன்று பகலே, தான் அவருடன் தொலை பேசியில் பேசியதாக அவர் தெரிவித்தார். ஆனால், அன்று இரவு எட்டரை மணிக்கு பேராசிரியர் காலமானதாக குமரன் தெரிவித்தபோது அது பேரதிர்ச்சி யாகவே இருந்தது.

மறைந்த பேராசிரியர் நண்பர் சோ.கிருஷ்ண ராஜாவுக்கு எழுதிய அஞ்சலிக் குறிப்பு ஒன்றில் பேராசிரியர் சிவத்தம்பி பின்வருமாறு குறிப்பிட்டிருக்கிறார். "நான் இல்லாதபொழுது யார்யாரெல்லாம் என்னைப் பற்றி எழுத வேண்டும் என்று நினைத்தேனோ, விரும்பி னேனோ அவர்கள் என்னை முந்திவிடுகிறார்கள், நான் தனிமைப்படு கிறேன்." இப்பொழுது அவரது தனிமை முடிந்துவிட்டது. அவரைச் சார்ந்தவர்கள் தனிமைப்பட்டுவிட்டார்கள்.

2

கடந்த சுமார் அரை நூற்றாண்டுக்கு மேலாகத் தமிழ் இலக்கிய உலகிலும் தமிழ்ப் புலமைத் துறையிலும் மிகப் பெரிய ஆளுமைகளுள் ஒருவராகச் செயற்பட்டு வந்தவர் பேராசிரியர் சிவத்தம்பி. மறைந்த பேராசிரியர்கள் வையாபுரிப்பிள்ளை, தெ.பொ.மீனாட்சிசுந்தரம், வ.ஐ. சுப்பிரமணியம் போன்றவர்களின் பின்னர், வேறு ஒரு வகையில் உலகளாவிய நிலையில் தமிழியல் துறையில் பலரதும் கவனத்தை ஈர்த்த இரு தமிழ்ப் பேராசிரியர்கள் இலங்கையைச் சேர்ந்தவர்கள். ஒருவர் கைலாசபதி, மற்றவர் சிவத்தம்பி. கைலாசபதி தனது 49ஆவது வயதில் காலமானார். அவரைவிட முப்பதாண்டுகள் அதிகம் வாழ்ந்து, சிக்கலான சமூக அரசியல் சூழலில் பல்வேறு விமர்சனங்களுக்கு மத்தியில் உயிர்ப்புடன் செயற்பட்டவர் பேராசிரியர் சிவத்தம்பி. 19ஆம்

நூற்றாண்டில் ஆறுமுக நாவலர், சி.வை.தாமோதரம்பிள்ளை ஆகியோரைப் போல் 20ஆம் நூற்றாண்டின் பிற்பகுதியிலிருந்து இலங்கையைத் தாண்டி தமிழகத்திலும் ஆழமான செல்வாக்கு செலுத்தியவர்கள் பேராசிரியர்கள் கைலாசபதியும் சிவத்தம்பியுமே என்பது மிகையான கூற்று அல்ல.

பேராசிரியர் சிவத்தம்பி 1932 மே மாதம் 10ஆம் திகதி கரவெட்டியில் பிறந்தார். இவரது தகப்பனார் பண்டிதர், சைவப் புலவர் கார்த்திகேசு ஒரு தமிழாசிரியர். தாயார் வள்ளியம்மை. சிவத்தம்பியின் ஆரம்ப, இடைநிலைக் கல்வி கரவெட்டி விக்னேஸ்வரா கல்லூரியில் நிகழ்ந்தது. உயர் இடைநிலை அல்லது பல்கலைக்கழகப் புகுமுகக் கல்வியை அவர் கொழும்பு ஸாஹிராக் கல்லூரியில் பெற்றார். அப்போது கல்லூரி அதிபராக இருந்தவர் அறிஞர் ஏ.எம்.ஏ.அஸீஸ், "விக்னேஸ்வரா வளர்த்துவிட்டது. ஸாஹிராவிலேயே நான் என்னை அடையாளம் கண்டுகொண்டேன்" எனத் தன் இளமைக் காலம் பற்றி சிவத்தம்பி அண்மையில் குறிப்பிட்டுள்ளார்.

ஸாஹிராவிலிருந்து 1954இல் தன் பட்டக் கல்விக்காக அவர் இலங்கைப் பல்கலைக்கழகத்தில் (இப்போதைய பேராதனைப் பல்கலைக்கழகம்) சேர்ந்தார். ஏனைய தமிழ்ப் பேராசிரியர்களைப் போல் தமிழை ஒரு சிறப்புப் பாடமாகப் பயின்றவர் அல்ல சிவத்தம்பி. பதிலாக, வரலாறு, பொருளியல், தமிழ் ஆகிய மூன்று பாடங்களைக் கற்று ஒரு பொதுப் பட்டதாரியாக 1956இல் வெளியேறினார். 1963இல் தமிழில் எம். ஏ. பட்டம் பெற்றார். 1970இல் பேர்மிங்ஹாம் பல்கலைக் கழகத்தில் பேராசிரியர் ஜோர்ஜ் தொம்ஸனின் வழிகாட்டுதலில் 'பண்டைத் தமிழ்ச் சமூகத்தில் நாடகம்' என்னும் பொருள் பற்றி ஆராய்ந்து கலாநிதிப் பட்டம் பெற்றார்.

தான் கற்ற கொழும்பு ஸாஹிரா கல்லூரியில் ஒரு ஆசிரியராகவே 1956இல் அவர் தன் கல்விப் பணியைத் தொடங்கினார். வரலாறு, தமிழ் ஆகிய பாடங்களை அவர் அங்கு கற்பித்தார். இன்று இலங்கையில் பிரபல கல்வியாளர்களாகவும் ஓய்வுபெற்ற அரச அதிகாரிகளாகவும் விளங்கும் பலர் அக்காலத்தில் சிவத்தம்பியிடம் கற்றவர்களே. சிவத்தம்பி ஸாஹிராவில் கற்ற, கற்பித்த காலமே இஸ்லாம் பற்றியும் இலங்கை முஸ்லிம்களின் பண்பாடு, அரசியல் பற்றியும் அவருக்கு இருந்த ஆழமான புரிதலுக்கு அடித்தளமாக அமைந்தது எனலாம். 1961இல் அவர் ஸாஹிராவில் இருந்து விலகி, இலங்கைப் பாராளுமன்றத்தில் சமகால மொழி பெயர்ப்பாளராக இணைந்தார். அவர் அங்கு பணியாற்றிய சுமார் ஐந்தாண்டுக் காலம் மொழிபெயர்ப்புத் துறையில், கலைச்சொல் ஆக்கத்தில் அவரது அனுபவமும் ஆற்றலும் வளர்வதற்குத் துணையாக அமைந்தது.

பல்கலைக்கழக ஆசிரியராக அவரது பணி 1965இல் வித்தியோதயப் பல்கலைக்கழகத்தில் (இப்போதைய சிறி ஜயவரத்தனபுரப் பல்கலைக் கழகம்) விரிவுரையாளராக இணைந்ததுடன் ஆரம்பித்தது. இப்பல்கலைக் கழகம் மிகப் பெரும்பாலும் சிங்கள மாணவர்களையும் ஆசிரியர்களையும் கொண்டது. முற்றிலும் பௌத்த பின்னணியில் உருவாகியது. இங்கு அவர் 13 ஆண்டுகள் சிங்கள மாணவர்களுக்குத் தமிழ் கற்பித்தார். அக்காலத்தில் ஒரு இடதுசாரியாக வளர்ச்சிபெற்றிருந்த சிவத்தம்பி சிங்களச் சமூகத்தையும் அதன் அரசியல் அபிலாசைகளையும் இடதுசாரி நோக்கில் புரிந்துகொள்வதற்கும் தேசிய ஒருமைப்பாடு பற்றிச் சிந்திப்ப தற்கும் சிங்கள மொழியைக் கற்றுக்கொள்வதற்கும் இக்காலகட்டம் அவருக்கு உதவியது எனலாம். இப்பல்கலைக்கழகத்திலேயே 1976இல் இணைப்பேராசிரியராக அவர் பதவி உயர்ச்சி பெற்றார். இங்கு பணியாற்றிய காலத்திலேயே விடுப்பில் இங்கிலாந்து சென்று தன் கலாநிதிப் பட்டக் கல்வியையும் பூர்த்திசெய்தார். யாழ்ப்பாணத்தை விட்டு நீண்ட காலம் வெளியிலேயே வாழ்ந்த சிவத்தம்பி, 1978இல் யாழ்ப்பாணப் பல்கலைக்கழகத்தில் பணியாற்ற வந்தார். 1996இல் ஒரு சிரேஷ்ட பேராசிரியராகத் தன் பணியிலிருந்து ஓய்வுபெறும்வரை அவர் அங்கேயே பணியாற்றினார். சில காலம் தமிழ்த் துறைத் தலைவராகவும் சில காலம் நுண்கலைத் துறைத் தலைவராகவும் அவர் அங்கு பணிபுரிந்திருக்கிறார். அவரது பணி ஓய்வின்பின் யாழ்ப்பாணப் பல்கலைக்கழகம் அவரது தகுதியையும் சேவையையும் கௌரவித்து, தகைசால் ஓய்வு நிலைப் பேராசிரியராக (Professor of Emeritus) (இக்கலைச் சொல் அவரே உருவாக்கியது) அவரை நியமித்தது. பணியிலிருந்து ஓய்வுபெற்ற பிறகு தானும் ஒரு புலம்பெயர்ந்தவராக மரணிக்கும்வரை அவர் கொழும்பி லேயே வாழ்ந்துவந்தார்.

தன் பல்கலைக்கழகப் பணிக்காலத்திலும், ஓய்வுபெற்ற பிறகும் உள்நாட்டிலும் வெளிநாடுகளிலும் பல்வேறு பல்கலைக்கழகங்களில் அவர் வருகைதரு பேராசிரியராகவும் முதுநிலை ஆய்வாளராகவும் பணியாற்றியிருக்கிறார். இலங்கைக் கிழக்குப் பல்கலைக்கழகம், தஞ்சாவூர் தமிழ்ப் பல்கலைக்கழகம், சென்னைப் பல்கலைக்கழகம், கலிஃபோர்னியா பேர்க்லி பல்கலைக்கழகம், இங்கிலாந்து கேம்பிறிஜ் பல்கலைக்கழகம், நோர்வே ஒஸ்லோ பல்கலைக்கழகம், சுவீடன் உப்சலா பல்கலைக்கழகம் என்பன இவற்றுட் சில.

3

1950களில் இலங்கையில் முற்போக்கு இலக்கிய இயக்கத்தைக் கட்டி எழுப்பியவர்களுள் சிவத்தம்பியும் ஒருவர். ஒரு முற்போக்கு

இலக்கிய விமர்சகராகவும், இயக்கவாதியாகவும் 1950, 60களில் அவர் பரவலாக அறியப்பட்டார். தேசிய இலக்கியம், மண்வாசனை இலக்கியம், இலக்கியத்தில் மரபுவாதம் என்பன பற்றி அக்காலத்தில் எழுந்த இலக்கியச் சர்ச்சைகளிலும் விவாதங்களிலும் அவரது பங்களிப்பு குறிப்பிடத்தக்கது. 'இலக்கியத்தில் முற்போக்குவாதம்' பற்றிய அவரது சிறு நூல் இப்பின்னணியில் எழுந்ததே. தமிழ் இலக்கிய உலகில் இன்றும் அவர் மார்க்சிய சார்புடைய இலக்கிய விமர்சகராகவே அடையாளம் காணப்படுகிறார். எனினும் அவரது அடையாளம் ஒரு இலக்கிய விமர்சகர் என்பதற்குள் மட்டுப்படுத்தக்கூடிய ஒன்றல்ல.

மார்க்சிய சிந்தனையில் அவருக்கு இருந்த ஈடுபாடு பிற்காலத்தில் பல்துறை ஆய்வாளராக அவர் வளர்ச்சியடைவதற்கு அடிப்படையாக அமைந்தது. இலக்கியம், பண்பாடு, சமூகம், அரசியல், வரலாறு என்பவற்றுக்கிடையே உள்ள தொடர்புகளையும் ஊடாட்டத்தையும் அவர் தன் ஆய்வுகளில் விளக்க முயன்றார். சமூகவியல் வரலாற்றுப் பார்வை அவரது ஆய்வுகளின் அடிச்சரடாக உள்ளது. இந்த வகையில் தமிழியல் துறையின் செழுமைக்குப் பேராசிரியர் சிவத்தம்பியின் பங்களிப்பு முக்கியமானது.

பெரும்பாலான மரபுவழித் தமிழறிஞர்களும் ஆய்வாளர்களும் தமிழையும் தமிழ் இலக்கியம், பண்பாடு ஆகியவற்றையும் தமிழ்த் தேசியக் கருத்து நிலைக்குள் இருந்தே பார்த்தனர். அவர்களது ஆய்வுகள் உள்முகப்பட்டதாக தமிழ்ப் பழமை, தமிழ்ப் பெருமை ஆகியவற்றைத் தேடுவதையே நோக்கமாகக் கொண்டிருந்தன. வையாபுரிப்பிள்ளையும், தெ.பொ. மீனாட்சிசுந்தரம், வ.ஐ. சுப்பிரமணியம் போன்ற மொழியிலாளர்களுமே தமிழியல் ஆய்வில் அறிவியல் பார்வையை முதல்முதல் பிரயோகித்தவர்கள் எனலாம். இவர்களைத் தொடர்ந்தே மார்க்சியத் தமிழறிஞர்கள் தமிழியலாய்வை வேறு ஒரு கட்டத்துக்கு வளர்த்தெடுக்க முயன்றனர். கைலாசபதியும் சிவத்தம்பியும் அவர்களுள் மிக முக்கியமானவர்கள். சமூக, அரசியல், வரலாற்றுப் பின்புலத்தில் இவர்கள் தமிழியல் ஆய்வை முன்னெடுத்தனர். இவர்களது ஆய்வு முடிவுகள் சில பற்றி விமர்சனங்கள் இருப்பினும், இவர்களது ஆய்வுப் பார்வையின் முக்கியத்துவத்தை யாரும் நிராகரிக்க முடியாது.

இப்பின்னணியிலேயே பேராசிரியர் சிவத்தம்பியின் சங்க இலக்கிய ஆய்வுகளை நாம் நோக்க வேண்டும். இவரது ஆய்வுகள் இலக்கிய ஆய்வுகளாக மட்டுமன்றிச் சமூகவியல் ஆய்வுகளாகவும் அமையக் காணலாம். இலக்கியத்தின் ஊடாகச் சமூகத்தை அல்லது சமூகத்தின் ஊடாக இலக்கியத்தை அவர் பார்க்கிறார். 'முல்லை சான்ற கற்பு' என்பது

இவ்வகையில் அவரது முக்கியமான ஆரம்ப காலக் கட்டுரைகளுள் ஒன்று. பண்டைத் தமிழ்ச் சமூகம் பற்றிய ஆய்வுகள் என்னும் தலைப்பிலான இவரது ஆங்கில நூல் (Studies in Ancient Tamil Society) இத்தகைய கட்டுரைகள் பலவற்றைக் கொண்டது. சங்க இலக்கியம்: கவிதையும் கருத்தும், சங்க கால வரலாறும் தமிழ்ப் பிராமிக் கல்வெட்டுகளும், பண்டைத் தமிழ்ச் சமூகம் வரலாற்றுப் புரிதலை நோக்கி, பண்டைத் தமிழ்ச் சமூகத்தில் நாடகம் முதலிய சிவத்தம்பியின் நூல்கள் இவ்வகையில் மிக முக்கியமானவை. சிவத்தம்பியை ஒரு இலக்கிய விமர்சகர் என்பதற்கு அப்பால் கொண்டு செல்பவை. சமூகவியல் வரலாற்றுப் பார்வையில் தமிழ்ப் பண்பாட்டை விளக்க முயன்ற ஒரு பண்பாட்டு ஆய்வாளராக, ஒரு இலக்கியப் புலமையாளராக அவரைக் காட்டுபவை.

மிகப் பெரும்பாலான தமிழ்ப் பேராசிரியர்கள் இரண்டொரு தமிழியல் துறைகளிலேயே புலமை பெற்றிருக்கின்றனர். மிகச் சிலரே இதிலிருந்து வேறுபடுகின்றனர். மார்க்சிய ஆய்வாளர்கள் இதில் பிரதானமானவர்கள். இவ்வகையில் சிவத்தம்பியின் பார்வை தமிழியலின் முழுமையையும் உள்ளடக்கியது எனலாம். சங்க இலக்கியத்திலிருந்து தற்கால இலக்கியம் வரை, திராவிட இயக்கத்திலிருந்து தமிழ் சினிமா வரை, சைவ சித்தாந்தத்திலிருந்து பின் நவீனத்துவம் வரை, நாடகத்திலிருந்து நாட்டாரியல்வரை, இனத்துவ அரசியலிலிருந்து இன நல்லுறவு வரை அவரது ஆய்வுப் பரப்பு விரிந்து செல்கிறது. 1950களிலிருந்து இன்றுவரை இத்துறைகள் சார்ந்து அவர் எழுதியவை ஏராளம். தமிழிலும் ஆங்கிலத்திலுமாக இதுவரை ஐம்பதுக்கு அதிகமான நூல்கள் எழுதியுள்ளார். அவரது ஏராளமான கட்டுரைகள் இன்னும் நூல் வடிவம் பெறவேண்டியுள்ளன.

கடந்த சுமார் 45 ஆண்டுக்கால அவரது பல்கலைக்கழகச் சேவையில் அவர் ஏராளமான மாணவர்களை உருவாக்கியிருக்கிறார். தன் கல்விச் சேவைக்காக உள்நாட்டிலும் வெளிநாடுகளிலும் அவர் அதிகம் பாராட்டிக் கௌரவிக்கப்பட்டிருக்கிறார். அதே அளவு தனக்கு எதிரான விமர்சனங்களுக்கும் அவர் ஆளாகியிருக்கிறார். விமர்சனத்துக்கு ஆளாகாமல் பொது வாழ்வில் ஈடுபட்ட ஒரு மனிதரை நாம் உலகத்தில் காண்பது அபூர்வம். அவருடைய பங்களிப்பு எவ்வளவு தூரம் பயனுடையது என்பதைக் கொண்டே நாம் அவரை மதிப்பிட வேண்டும்.

சிவத்தம்பி பற்றிய விமர்சனங்கள் பல வகைப்பட்டவை. பருமட்டாக அவற்றை மூன்று வகைப் பாட்டுக்குள் அடக்கிவிடலாம். முதலாவது, தனியாள் நிலைப்பட்டவை (Personal). கடந்த அரை நூற்றாண்டுக்கு

மேலாக கைலாசபதி, சிவத்தம்பி இருவரையும் பற்றி எஸ்.பொன்னுத்துரை வெளியிட்டுவரும் கருத்துக்கள் இத்தகையவைதான். நான் அறிந்த வரை இவருடைய எழுத்துக்கள், பங்களிப்புகள் பற்றி பொன்னுத்துரை முழுமையாக ஒரு கட்டுரைதானும் எழுதியவரல்ல. அவர் எழுதியவை எல்லாம் தனிப்பட்ட தாக்குதல்கள் தான். கைலாசபதி, சிவத்தம்பி இருவரும் இவரை மௌனமாகப் புறக்கணித்தார்கள். ஆனால் இவரோ, அதற்குப் பதிலடியாக அவர்கள்மீது மூர்க்கமான வன்முறைத் தாக்குதல் களை எழுத்துமூலம் தொடர்ச்சியாகச் சலிப்பின்றிச் செய்துவந்திருக் கின்றார். அதன் மூலம் தன்னை ஒரு தூய இலக்கிய ஆளுமையாகக் காட்ட முயன்றிருக்கிறார். பொன்னுத்துரையை நெருக்கமாக அறிந்தவர் களுக்கு அவர் எப்படி தன்னைப் பற்றி ஒரு புராணத்தைக் கட்டமைத்து வந்திருக்கிறார் என்பது தெரியும். பொன்னுத்துரையின் கருத்துக்கள் பொருட்படுத்தத்தக்கன அல்ல.

இரண்டாவது வகை விமர்சனம் கோட்பாடு சார்ந்தது. இது மார்க்சியத்துக்கு, இலக்கியத்தில் முற்போக்குவாதத்துக்கு எதிரானது. இவ்வகையில் தளையசிங்கம் முக்கியமானவர். பொன்னுத்துரை போலவே இவரும் இவர்களுடைய ஆக்கங்கள் பற்றி விரிவாக எதுவும் எழுதாவிடினும், மார்க்சியம் ஒரு போதாத தத்துவம் என்ற கண்ணோட்டத்தில் இலக்கியத்தில் மார்க்சியத்தைப் பிரயோகித்த இவர்களை விமர்சித்தார். மார்க்சியத்தைப் பதிலீடாக மெய்முதல்வாதம் என்ற புதுப் பெயரில் பழைய ஆன்மீக வாதத்தையே இவர் முன் வைத்தார். எனினும் இவர் பொன்னுத்துரை போல் முற்றிலும் ஒரு வசைஞர் (Polemicist) அல்ல. தன் தத்துவக் கண்ணோட்டம் பற்றி விரிவான கட்டுரைகளும் விமர்சனங்களும் எழுதினார். இதன் காரணமாகவே தமிழகத்தில் மார்க்சிய எதிர்ப்பாளர் மத்தியில் இவருக்கு ஒரு ஏற்புடமையும் மதிப்பும் கவர்ச்சியும் ஏற்பட்டது. எனினும் இவருடைய ஆன்மீகவாதம் சிவத்தம்பி முதலியோர் முன்வைத்த மார்க்சியத்துக்கு அறிவுபூர்வமான ஒரு மாற்றீடு அல்ல.

சிவத்தம்பியைக் கோட்பாட்டு அடிப்படையில் சற்று விரிவாக விமர்சித்தவர் பிறிதொரு மார்க்சிய எதிர்ப்பாளரான ஜெயமோகன். சமீபகாலமாகத் தன்னைப் பற்றிய ஒரு பிரம்மாண்டமான பிம்பத்தைக் கட்டமைத்திருப்பவர் இவர். வானத்தின் கீழ்த் தன் கைக்கடங்காத தத்துவங்கள் எவையும் இல்லை என்பதான ஒரு பிம்பம் இது. ‘கோட்பாட்டின் வலிமையும் வழிச் சுமையும் கா.சிவத்தம்பியின் இலக்கிய நோக்கு’ என்னும் தலைப்பில் இவர் சற்று நீண்ட கட்டுரை ஒன்று எழுதியிருக்கிறார். ‘தமிழ் இலக்கியத்தில் மதமும் மானிடமும்

'இலக்கியத்தில் கருத்துநிலை' ஆகிய சிவத் தம்பியின் இரண்டு நூல்களை மட்டும் அடிப்படையாகக் கொண்ட கட்டுரை இது. வெங்கட் சாமிநாதன், தளையசிங்கம் பணியில் "ஒரு இலக்கியக் கோட்பாட்டாளராக சிவத்தம்பியின் அடிப்படை நோக்கு மார்க்ஸிய இயந்திரவாதமேயாகும்" என்று மிக எளிதாக அவரால் தீர்ப்புக் கூறிவிட முடிகிறது. சிவத்தம்பி பற்றிய ஒரு நிதானமான மதிப்பீட்டைச் செய்ய முடியாமல் தான் வரித்துக்கொண்ட தூய இலக்கியம் பற்றிய அரூபமான வெளியொதுக்கல் கோட்பாட்டின் வலிமையாலும் வழிச் சுமையாலும் தான் நசுங்குண்டு கிடப்பது பற்றிய பிரக்ஞை ஜெயமோகனிடம் இல்லை என்பது வருத்தத்துக்குரியது.

மூன்றாவது வகையான விமர்சனம் இலங்கையின் இனத்துவ அரசியல் சார்ந்தது. இந்த அடிப்படையில் மிகப் பரவலான விமர்சனத்துக்கு உள்ளாகியிருப்பவர் சிவத்தம்பி. இதிலும் இரண்டு வகை உண்டு. ஒன்று உடனடியான அரசியல் நிலைப்பாடு பற்றியது. இவர் புலி ஆதரவாளரா இல்லையா, செம்மொழி மாநாட்டில் கலந்துகொள்ளலாமா இல்லையா? என்பன போன்றவை. இந்த அடிப்படையிலேயே சிவத்தம்பி மிக அதிகமாக விமர்சிக்கப்பட்டிருக்கிறார். இதற்கான தீர்ப்பு ஒருவரின் அரசியல் நிலைப்பாடு சார்ந்தது. சிவத்தம்பியின் தேர்வு எது என்பதும் என்ன அடிப்படையில் அவர் அத்தேர்வை மேற்கொண்டார் என்பதும் அவரது சொந்த அரசியல் நிலைப்பாடுசார்ந்தது மட்டுமன்றி, அவரது உடனடி அரசியல் சூழலாலும் தீர்மானிக்கப்படுவது. என்னைப் பொறுத்தவை இது அவ்வளவு முக்கியமானதல்ல. இதைவிட முக்கியமானது, சிவத்தம்பி ஒரு அரசியல் பிரக்ஞை உடைய ஆய்வறிவாளன் என்ற வகையில் கடந்த முப்பது ஆண்டுக் கால இனத்துவ அரசியல் பற்றி, அதன் வரலாறு பற்றி, அதன் பங்காளிகள் பற்றி, அதற்கான அரசியல் தீர்வு பற்றி அவர் என்ன சிந்தித்தார், எதை எழுதினார் என்பது. ஆய்வுகளாகவும் அரசியல் விமர்சனங்களாகவும் இது தொடர்பாக அவர் அதிகம் எழுதியுள்ளார். தமிழ்த் தேசியம் பற்றி அவர் ஆங்கிலத்திலும் தமிழிலும் எழுதிய ஆய்வுக் கட்டுரைகள் ஏற்கனவே அச்சில் வெளி வந்துள்ளன. Northeastern Herald சஞ்சிகையில் அவர் எழுதிய அரசியல் விமர்சனக் கட்டுரைகள் Being a Tamil and Sri Lankan என்ற தலைப்பில் நூலாக வெளிவந்துள்ளன. அதுபோல் தமிழில் தினக்குரல் வார இதழில் அவர் சில காலம் தொடர்ச்சியாகப் புனைபெயரில் அரசியல் விமர்சனங்கள் எழுதிவந்தார். அவை நூலாகத் தொகுக்கப்பட வேண்டும். இவற்றின் ஊடாக வெளிப்படும் அவரது சமூக, அரசியல் நிலைப்பாடு பற்றிய திறந்த விவாதங்கள் அவருடைய அரசியல் பக்கத்தைப் புரிந்து கொள்ள நமக்கு உதவக்கூடும்.

நான் பேராசிரியர் சிவத்தம்பியின் நேரடி மாணவன் அல்ல. எனினும் அவரது எழுத்துக்கள் மூலமும் அவருடன் உரையாடியதன் மூலமும் அவரிடமிருந்து பல விஷயங்களைக் கற்றிருக்கிறேன். எனக்கு உடன்பாடில்லாத அவருடைய கருத்துக்கள் பற்றி அவருடன் விவாதித்திருக் கிறேன். என்மீது அவருக்கும் மதிப்பும் நம்பிக்கையும் இருந்தது. தனக்குப் பிறகு நுஃமான்தான் எனப் பல சந்தர்ப்பங்களில் அவர் பேசியும் எழுதியும் இருக்கிறார். அதனால் எனக்கு மகிழ்ச்சியோ சங்கடமோ இல்லை. அது அவருடைய கருத்து. ஆனால் அவருடைய அறிவு ஆளுமையில் அரைப் பங்குதானும் என்னிடம் இல்லை என்பதை நான் ஒப்புக்கொள்ள வேண்டும்.

பேராசிரியர் சிவத்தம்பி, தமிழ்ச் சிந்தனை உலகில் நமக்குக் கிடைத்த மிக அரிதான ஆய்வறிவாளர்களுள் ஒருவர். தமிழ் மொழி, இலக்கியம், தமிழர் பண்பாடு, அரசியல் என்று எத்துறை தொடர்பாகவும் ஆழமான கருத்துக்களைச் சொல்லக்கூடிய, ஆலோசனை சொல்லக்கூடிய ஒருவராக கடந்த முப்பதாண்டுகளுக்கு மேலாக இலங்கைப் பல்கலைக்கழகத் தமிழ்த் துறைகளில் இருந்த தமிழ்ப் பேராசிரியர் அவர் ஒருவரே. பல்துறை ஆளுமை மிக்க அவரது மறைவு ஒரு பெரிய இடைவெளியை விட்டுச் சென்றுள்ளது என்பது சிவத்தம்பியைப் பொறுத்தவரை வழக்கமாகக் கூறப்படும் ஒரு கூற்று அல்ல. அது பிறிதொருவரால் நிரப்பப்பட முடியாதது.

9. கார்த்திகேசு சிவத்தம்பி: ஒரு தலைசிறந்த தமிழ்க் கல்வியாளர்

பேராசிரியர் செ.வை.சண்முகம்

ஆசிரியர் வேறு, கல்வியாளர் வேறு. பல்கலைக்கழகத்தில் ஆசிரியர் என்பவர் ஒரு துறை, அந்தத் துறையில் ஒரு பாடம் அதுவும் ஒரு குறிப்பிட்ட பகுதியில் தேர்ச்சியாளர் என்று பொருள். மாறாகக் கல்வியாளர் என்றால் தேர்ந்தெடுத்த துறை அல்லது பாடம் மட்டும் அல்லாமல் முழு நிலையிலும் அந்தத் துறையின் அல்லது பாடத்தின் ஆழ அகலங்களை உணர்ந்து புதிய முறையில் இந்தத் தலைமுறையினர் பலருக்கும் வழி காட்டுபவர் என்று பொருள். அந்த முறையில் சிவத்தம்பி ஒரு தலை சிறந்த தமிழ்க் கல்வியாளர். பல துறை அறிவை ஒருங்கிணைத்து தமிழ் ஆய்வைப் புதிய உச்சத்துக்குக் கொண்டுசென்றவர். இலக்கிய வரலாறு, சமூக வரலாறு, அரசியல் வரலாறு, கவிதை வரலாறு, எல்லா வற்றுக்கும் மேலாகத் தமிழ்க் கல்வி வரலாறு ஆகியவற்றை இணைத்து உலளாகவிய கோட்பாட்டு அடிப்படையில் தமிழிலும் ஆங்கிலத்திலும் வரும் நூல்களின் விமர்சனத்தோடு பல புதிய கருத்தமைவுகளையும் முன்மொழிந்துள்ள ஆய்வாளர். தமிழ் ஆய்வை உலகக் கவனம் பெறச் செய்த ஒரு சிலரில் இவரும் ஒருவர். தமிழகத்திலும் இலங்கையிலும் முனைவர் பட்ட ஆய்வாளருக்கும் ஆராய்ச்சி அறிஞர்களுக்கும் அலுவல்சாரா (unofficial guide) வழிகாட்டி. அவருடைய எழுத்திலும் பல தனித்துவம் உண்டு. அந்த நிலையில் அவருடைய மறைவுச் செய்தி உடனடியாக அவரோடு நேர்ந்த பழக்க வரலாற்றையே முதலில் நினைவுப்படலத்தில் தோற்றுவித்தது.

முதலில் மதுரையில் நடந்த உலகத் தமிழ்க் கருத்தரங்க மாநாட்டில் பேரா.கைலாசபதியையும் சிவத்தம்பியையும் சந்தித்து உரையாடியது மறக்க முடியாதது. அதன் பின்னர் சென்னையில் பல தடவையும் அண்ணாமலைநகர், தஞ்சை, கோவை, குப்பம் (திராவிடப் பல்கலைக் கழகம்) ஆகிய இடங்களிலும் கலந்துரையாடல் நடைபெற்றதோடு நூல்கள் பரிமாற்றமும் நடைபெற்றுள்ளன. Literary history in Tamil *(1986)* என்ற நூலில் *(ப. 114)* மொழியியல் ஆய்வாளராக வ.ஐ. சுப்பிரமணியத் தையும் என்னையும் குறிப்பிட்டுள்ளார். என்னுடைய 'மொழி வளர்ச்சியும் மொழி உணர்வும் *(சங்க காலம்), 1989)* என்ற நூலைச் சிலாகித்துப்

பாராட்டியதோடு, ஏதாவது ஐரோப்பிய மொழியில் மொழிபெயர்த்தால் சிறப்பாக இருக்கும் என்று அடிக்கடி என்னிடம் கூறியுள்ளார்.

சென்ற நூற்றாண்டின் இறுதியில் நானும் பேரா. அகத்தியலிங்கமும் சங்க இலக்கியம், தொல்காப்பியம் ஆய்வில் ஈடுபட்டதோடு அதைப் பரவலாக்க வேண்டும் என்ற நோக்கத்தோடு எங்கள் வழிகாட்டுதலில் உலகத் தமிழாராய்ச்சி நிறுவனம் நடத்திய கருத்தரங்குகளை மிகவும் மகிழ்ச்சியுடன் வரவேற்றார். அங்கு நடந்த தொல்காப்பியக் கருத்தரங் கத்தில் (1997) கலந்துகொண்டு நிறைவுரையில் படிக்கப்பட்ட கட்டுரைகள், விவாதங்கள் பற்றிக் குறிப்பிடும்போது, 'இங்கு நடந்த புலமை கருத்தாடலில் (Intellectual discussion) கலந்து கொண்டவர்களில் நான்கு பிரதான வகையான அறிஞர்களைக் கண்டோம். "மொழியியலாளர்கள் இதுவரை எழுத்து, சொல்லினை ஆராய்ந்து இப்பொழுது பொருளுக்கு வந்திருப்போர்" என்று பட்டியலில் முதலிடம் கொடுத்தது (தொல்காப்பியம் இலக்கியக் கோட்பாடுகள்) (கருத்தரங்கக் கட்டுரைகள்), ப. XXXviii., உலகத் தமிழாராய்ச்சி நிறுவனம். (1998) மொழியியல் இலக்கியத் திறனாய்வை வரவேற்பதின் வெளிப்பாடு எனலாம். மாறாக இப்போதும் மொழியியல் தமிழுக்குப் பகையானது என்று கூறுகிற அறிஞர்களையும் காணலாம்.

உலகத் தமிழ் ஆராய்ச்சி நிறுவனத்தில் சில ஆண்டுகளுக்கு முன்னர் வருகைதரு பேராசிரியராய்ப் பல சொற்பொழிவுகள் சென்னைப் பல்கலைக்கழக வளாகத்தில் செய்தபோது இரண்டாவது சொற்பொழிவுக்கு நான் தலைமைதாங்க வேண்டும் என்று அன்றைய இயக்குநர் முனைவர் இராசேந்திரன் விரும்பி வேண்டிக்கொண்டதால் நான் தலைமை ஏற்று இருவரும் கருத்து பரிமாறிக்கொண்டது இன்னும் நினைவில் உள்ளது. என்னுடைய பவள விழாவில் வெளியிட்ட ஆய்வுக் கட்டுரைத் தொகுப்புக்கு ("தமிழ் மொழியியல் புதிய சிகரங்கள்" செ.வை.சண்முகனார் பவள விழா மலர், 2008) 'சங்க காலமும் இலக்கியமும் ஆய்வின் மாறும் பரிமாணங்கள் ஆதார சுருதி' (ப. 127-165) என்ற கட்டுரையை என்னுடைய மாணவர்கள் வேண்டுகோளுக்கு இணங்க அனுப்பிவைத்து என்னைப் பெருமைப்படுத்தினார். அந்தக் கட்டுரை தொல்காப்பிய, சங்க இலக்கிய ஆய்வை மேலே குறிப்பிட்டபடி பன்முக நோக்கில் விளக்கி, இன்றைய ஆய்வின் சில குறைபாடுகளையும் சுட்டிகாட்டி எதிர்கால ஆய்வுக்குப் புதிய வழித் தடங்களைச் சுட்டுகிறது. சங்க இலக்கியத்தில் காணப்படும் அகநிலை வளர்ச்சி இலக்கியக் கோட்பாட்டு நிலையில் முக்கியமானது. அதே சமயத்தில், பிற்கால இலக்கிய வளர்ச்சிக்கு வித்திட்டது என்ற நுண்ணிலை நோக்குக் கருதுகோளை முன்வைத்துள்ளார்.

சங்க இலக்கியம், தொல்காப்பிய ஆய்வு என்பது பெரும்பான்மையும் பண்டைத் தமிழரின் பண்பாட்டுப் பெருமையைப் பேசுவதாகத் தொடக்கக் கட்டத்தில் அமைந்திருந்தது. அது, சங்க இலக்கியக் கல்வி பொது மக்களுக்கு ஆனது போல தோற்றம் அளிக்கிறது. அது கல்வியின் ஒரு பகுதியே. இன்னொரு பகுதி உலகளாவிய கோட்பாட்டு அளவில் பார்த்து அவைகளின் கோட்பாட்டுப் பெருமையையும் வீச்சையும் உலகளவில் கொண்டுசெல்ல வேண்டும். அதுதான் திறமையான புலமையெனின் வெளிநாட்டார் அதை வணக்கம் செய்ய வேண்டும் என்று பாரதி சொன்னதன் தத்துவம். அதற்கு நாம் மேற்கொள்ளவேண்டிய பணிகள் ஏராளம். அந்த முறையில் சிவத்தம்பியின் பங்களிப்பு மிகமிக அதிகம்.

சிவத்தம்பியின் இன்னொரு ஆளுமை சமூகப் பண்பாட்டு ஆய்வு. அதில் மதமும் இடம்பெறுவதால் அகநிலையில் தோன்றிய மதங்களான சைவம், வைணவம் தமிழ் இலக்கியப் பாரம்பரியத்தோடு இணைந்த முறையைப் பார்ப்பது போலவே புறநிலையில் வந்து சேர்ந்த கிறித்துவ இஸ்லாமிய சிந்தனை மரபுகள் தமிழகத்தில் தமிழ் இலக்கியச் சிந்தனை யோடு இணைந்த முறையையும் இவை ஏற்படுத்திய விஸ்தரிப்பையும் ஆராய்ந்துள்ளார் (மதமும் கவிதையும், தமிழ் இலக்கியத்தில் மதமும் மானுடமும்). அங்கு மத இலக்கிய வாசிப்புக்கும் பிற இலக்கிய வாசிப்புக்கும் உள்ள மாறுபாட்டைச் சுட்டிக்காட்டியுள்ளது சிறப்பானது.

'சாதாரண கவிதைகளோடு ஊடாடும்போது நாம் படிக்கும் கவிதையின் உணர்வின் நிலையோடு இணைந்து ரசிப்பதையும் மதிப்பிடுவதையும் ஒரே நேரத்தில் செய்கிறோம். அந்தக் கவிதை எம்மைத் (நம்மை) தீர்மானிப்பதில்லை. (ஆனால் பக்திக் கவிதை) கவிஞரின் அனுபவமாக மாத்திரம் அமையாமல் அதனைப் படிக்கின்ற எமது (நமது) அனுபவமாகவும் ஆகிவிடுகிறது' என்று கூறுவதை வாசிப்புக் கோட்பாட்டின்படி சாதாரண கவிதை வாசிப்பில் படைப்பாளி வேறு, படிப்பாளி வேறு, பக்தி இலக்கிய வாசிப்பில் படைப்பாளியும் படிப்பாளியும் ஒன்றாகிவிடுகிறார்கள் என்று பொருள்.

அவருடைய இன்னொரு முக்கிய பங்களிப்பு இலக்கியத்தின் வரலாறு (History of literature) இலக்கிய வழி வரலாறு (Literary history) ஆகியவற்றைப் பாகுபடுத்தித் தமிழ் ஆய்வுக்கு ஒரு புதிய பரிமாணத்தைச் சேர்த்தது. அத்தோடு அந்த இரண்டு வகை ஆய்வுகளுக்கும் அவருடைய பங்களிப்பு கணிசமானது. சங்க இலக்கியப் பாடல்களை ஒரு படைப்பாக்கத் தொகுதியாகப் பார்த்து இங்கு 1. புலவர் பாடும் நிலை, 2. பாணர்கள் பாடுவது, அதாவது பாணர்கள் கதைமாந்தர்கள் பாடுவது போன்று

பாடுவது, 3. கதைமாந்தர்கள் தாமே பாடுவது என்று குறிப்பிட்டு மூன்றாவது நிலை பாடல்கள் ‘தொகை நூல்களில் காணப்படு கின்றனவோ தெரியவில்லை’ என்று கூறியது இலக்கியத்தின் அகநிலை வரலாறு ஆகும்.

வாசிப்புக் கோட்பாட்டு நோக்கில் இலக்கியத்தின் வழி வரலாறு இலக்கியத்தைப் பனுவல் (Text) ஆகப் பார்ப்பது என்றும் இலக்கிய வரலாறு என்பது கருத்தாடலாக (Discourse), சொற்கலையாக்கமாகப் பார்ப்பது என்றும் கூறலாம். பின்னதற்கு மொழியியல் திறனாய்வு ஓரளவுக்குப் பங்களித்துள்ளது. அங்குக் கவிதை உருவாக்கம், கவிதைக் கட்டமைப்பு போன்ற கருது கோள்கள் பயன்படுத்தப்பட்டு கவிதை ஆய்வு புதுமுகம் பெற்று வருகிறது. இந்த நிலையில் சிவத்தம்பிக்குப் பிடித்தமான சமூகவியல் கருத்தமைவுகள் மொழியியலிலும் ஏற்படுத்திய தாக்கத்தை இங்குச் சுட்டிக்காட்டுவது பொருத்தம் எனக் கருதுகிறேன்.

இப்போது மொழி வரலாறு (History of language) என்பதை மொழி அமைப்பு வரலாறு, அதாவது மொழி அமைப்பு மாற்ற வரலாறு என்றும் (History of language structure) மொழி வரலாற்றுவழி மொழிச் சமூக வரலாறு (History of language community) என்றும் பிரிக்கலாம் என்று உணரப்பட்டுள்ளது. சங்க காலத்தில் மொழி அமைப்பு நோக்கில் இறந்த காலம், இறப்பல் காலம் (Non-past) அதாவது நிகழ்காலம், எதிர்காலம் என்ற வேறுபாடு இல்லாதது. அதனால் சங்க காலத்தில் செய்த, செய்த என்ற இரண்டு வகைப் பெயரெச்சங்கள் மட்டுமே) என்று இரண்டு காலங்களே இருக்க, இடைக் காலத்தில் இறந்த காலம், நிகழ் காலம், எதிர் காலம். மூன்று காலம் செய்த, செய்த, செய்கிற என்ற மூன்று வகைப் பெயரெச்சங்கள்) உள்ளன என்பது மொழி அமைப்பு மாற்ற வரலாறு.

மொழி வரலாற்றில் தகுமொழி (தமிழ் இலக்கணப்படி இயற்சொல்) மாற்றம், பிற மொழிச் சொற்கள் (தமிழ் இலக்கணப்படி வடசொல்) ஆகியவைகளை ஆய்வது மொழிச் சமூகத்தின் வரலாற்றைப் புலப் படுத்தும். அதாவது, சங்க காலத்தில் பாண்டிய நாட்டுத் தமிழே தகுமொழியாக அமைய, இடைக்காலத்தில் சோழ நாட்டுத் தமிழே தகுமொழி அந்தஸ்தைப் பெற்றது. அதாவது அரசியல் சமூகப் பண்பாட்டின் மாற்றத்தின் தாக்கத்தால், தகுமொழிக்கு உரிய சமூகம் மாறிவிட்டதன் விளைவு. எல்லோரும் அடிக்கடி பயன்படுத்தும் சொல்லான முன்னிலைப் பன்மை வடிவமாகச் சங்க காலத்தில் நீயிர் அல்லது நீர் என்பதும் இடைக்காலத்தில் நீம்/ நீங்கள் என்பதும் வழங்கக் காரணம் மொழி அமைப்பு மாற்றம் அல்ல, தகுமொழி மாற்றமே காரணம். தகுமொழிக்கு

உரிய சமூகம் மாறியதன் விளைவு. அதுபோல சங்க இலக்கியத்தில் பெரும்பான்மை வழக்குக்கு மாறாகச் சிறுபான்மை வழக்காக இருந்தது இடைக்காலத்தில் தலைகீழ் மாற்றம் அடைந்தது. அதாவது சங்க காலத்தில் சிறுபான்மை வழக்காக இருந்தது இடைக்காலத்தில் பெரும்பான்மை வழக்காகப் பெற்ற மாற்றமும் இந்த உண்மையை வலியுறுத்தும். உதாரணமாக, நிபந்தனை (conditional) வினையெச்சங்களாகச் செயின் வாய்பாடு பெருவழக்காகவும் செய்தால் வாய்பாடு சிறு வழக்காகவும் சங்க காலத்தில் இருந்தது. இடைக்காலத்தில் புழக்கம் (frequency) தலைகீழாக மாறியதற்குத் தகுமொழிக்கு உரிய சமூகம் மாறியதன் விளைவே. இடைக்காலத்தில் நிறைய வடமொழிச் சொற்கள் வழங்கியதற்குக் காரணம், அன்றைய தமிழ்ச் சமூகத்தில் வடமொழி அதிக செல்வாக்கு பெற்றிருந்ததே ஆகும். தமிழில் மராத்தி, உருது, பெர்ஷியன், போர்ச்சுகீஸ், பிரெஞ்சு, டச்சு, ஆங்கிலம் போன்ற பிறமொழிச் சொற்கள் வழங்குவதற்குத் தமிழக அரசியல் வரலாறே காரணம். தொல்காப்பியரே செய்யுள் ஈட்டச் சொற்களாக வடசொல்லையும் சேர்த்துக் கூறி மொழி அமைப்புக்குள் அரசியல் வரலாறு புதைந்துள்ளது என்பதைப் புலப்படுத்தியுள்ளார். அதனால் இன்று மொழி வளர்ச்சி மொழி உணர்வோடு இணைந்திருப்பதால் சமூக மொழியியல் (Sociolinguistics) என்ற துறையோடு மொழிச் சமூகவியல் (Sociology of lanuage) என்ற பிரிவும் அதன் உள் பிரிவாக இலக்கணச் சமூகவியல் (Sociology of grammar) என்ற பிரிவும் வளர்ந்துள்ளன.

10. எங்கள் முற்றத்து ஒற்றைப் பனை

முனைவர் வ.மகேஸ்வரன்

நிலத்தினும் பெரிதே வானினும் உயர்ந்தன்று
நீரினும் ஆரளவின்றே

எனும்படித் தமிழியலின் அனைத்து துறைகளிலும் சுவடுபதித்த பேராசிரியர் கா.சிவத்தம்பி அவர்கட்கு," என்று பேராசிரியர் பெ.மாதையன் அவர்கள் தமது 'சங்க இலக்கியத்தில் குடும்பம் என்ற நூலை சிவத்தம்பி அவர்களுக்குப் 'படையல்' செய்திருந்தார். பேராசிரியர் பெ.மாதையனின் கருத்துக் கணிப்பிற்கு எதிர்வாதம் பேசவியலாத தகைமைகள் கொண்டவர் அமரர் பேரறிஞர் கா. சிவத்தம்பி அவர்கள்.

தமிழியல் என்ற சொல்லாடல் பல்பரிமாணங்களைக் கொண்டது. எனினும் அதன் ஆரம்ப காலச் செல்நெறிகள் தனித்தனிப் போக்குகள் கொண்டவையாக அமைந்தன. தத்தமக்குப் பிடித்த, பரிச்சயமான, வாலாயமான துறைகளை வரித்துக்கொண்டோர் அவ்வத் துறைகளில் சிலர் உச்சங்களைத் தொட்டனர். சிலர், கால வெளியில் கரைந்து போயினர், சிலர் எள்ளி நகையாடப்படவும் செய்தனர். இவைதான் தமிழியலாளர்களின் ஒற்றைப்பரிமாணமாக அமைந்த வரலாறு. தமக்கு அறிவிக்கப்பட்ட, தமக்குத் தெரிந்த, தாம் ஊடாடிய குறுநில வட்டங்கள் சார்ந்த கருத்து நிலைகள் தமிழியல் ஆய்வில் ஊடாடின. இவ்வாறான வட்டங்களைத் தாண்டுவதற்கான பெரு வெளி காலனியத்தின் வழிவந்தபோது, அவற்றின் போக்குகள் பலவற்றுள் நுழைந்து தம்மைத் தமிழியல் ஆய்வுத் துறையில் பலப்படுத்திக்கொண்டு தமிழியல் ஆய்வைத் தமிழகத்திலும் ஈழத்திலும் திசைமுகப்படுத்தியவர்கள் விரல்விட்டு எண்ணக்கூடியவர்களே. கைலாசபதியும் சிவத்தம்பியும் அதன் ஈழத்து அடையாளங்கள்.

நான் சிவத்தம்பியின் நேரடி மாணவனல்லன். ஓர் அறிஞரது கருத்துக்களின் வயப்படுத்தலுக்கு நேரடி மாணவத் தராதரம் என்பது அவசியமானதா என்ன? நான் கல்விப் பொதுத் தராதரம் உயர் வகுப்பில் கற்கும்போது என் தமிழ் ஆசிரியரின் வழி சிவத்தம்பியை அறிந்திருந்தேன். எழுத்தாளர் எஸ்.பொ எழுதிய 'பந்தநூல் மூலமும் உரையும்' என்ற நூலின்வழி அவரது தோற்றப்பொலிவை எஸ்.பொ நகையாடியதையும் வாசித்திருந்தேன். பாரதியார் நூற்றாண்டு விழா கருத்தரங்கு யாழ்ப்பாணத்தில் நிகழ்ந்தபோது, அவரது கணீரென்ற குரல்வளத்தை இலங்கை

வானொலியின் தொகுப்புக்கள் மூலம் கேட்டிருந்தேன். 'தமிழ்ச் சிறுகதையின் தோற்றமும் வளர்ச்சியும்' 'ஈழத்தில் தமிழ் இலக்கியம்' ஆகிய அவரது நூல்களை வாசித்த பின்பு, நான் பேராதனைப் பல்கலைக் கழகத்தில் இளங்கலை மாணியாகி, முதுகலை மாணிப் பட்டப் படிப்பை யாழ் பல்கலைக்கழகத்தில் தொடரவிருந்தபோதுதான் அவரை நேரடியாகச் சந்திக்க நேர்த்தது. 'வா வா, வாடா, வாடா தம்பி' என்று உபசரித்த குரலிலும் வினவிய வினாக்களிலும் நான் பேச்சற்று நின்றது இன்றும் எனது பசுமையான ஞாபகம்.

எனக்கும் அவருக்குமான நெருக்கம், அவரை யாழ்ப்பாண வாழ்க்கை பிடர் பிடித்து உந்தித் தள்ளியதன் பின்னர்தான் நிகழ்ந்தது. கல்வியமைச்சின் கலைத்திட்டக் குழுக்கள், தேசிய கல்வி நிறுவனத்தின் கருத்திட்டங்கள், இந்து கலாச்சாரத் திணைக்களத்தாரது வருடாந்தக் கருத்தரங்குகள், கொழும்புத் தமிழ்ச்சங்க மேடைகள் என இது நீண்டது. இவற்றுக்கும் மேலாக கொழும்பு வெள்ளவத்தையில் அவர் வதிந்த தெருவே எனக்குமான வதிவிடமானபோது, அடிக்கடி இல்லாதுவிடினும் இடையறா ஊடாட்டம் நிகழ்ந்துதான் இருக்கிறது.

அவரை நேரில் அறிந்தவன் என்ற வகையில் சில மனப்பதிவுகளை முன்வைப்பது அவசியமானது. சிவத்தம்பி எப்போதும் 'பிஸி'யான மனிதராகவே இருந்தார். நூல்கள் நிறைந்த அவரது அறையில் தொலைபேசி எப்போதும் அழைத்தவண்ணம் இருக்கும். உள்ளூரிலோ வெளியூரிலோ சர்வதேசத்திலோ ஒருவர் நலம் விசாரிப்பார். அல்லது சந்தேகம் கேட்பார். சிறிய வானொலிப்பெட்டி பி.பி.ஸி செய்திகளைத் தொடர்ந்து தந்துகொண்டிருக்கும். கட்டிலில் அல்லது பெருங்கதிரையில் அவரிருப்பார். அவரைச்சுற்றி ஐந்துபேராவது இருந்துகொண்டே யிருப்பர். இலக்கியம், சினிமா, அரசியல், ஊர் சம்பிரதாயம், பண்பாடு என உரையாடல் விரிந்துகொண்டே செல்லும். அவருக்கிருந்த ஞாபகசக்தி பல்துறைசார்ந்த அறிவாற்றல் தகவல்களை இற்றைப்படுத்துதல் என்பவற்றால் அவர் அறியாத விடயம் ஒன்றும் இல்லை என்ற அளவிற்கு அந்த உரையாடலின் ஆழமும் ஆதாரமும் அமைந்திருக்கும். எத்துறை சார்ந்த அறிஞராயினும் அவரவர் துறைசார்ந்த விடயங்களைத் தாமே முன்னுரைத்து விளக்கம் கேட்டு அல்லது மனப்பதிவை வெளிப் படுத்துவார். தமிழகத்து கல்வெட்டியல் பேராசிரியர் ஒய்.சுப்பராயலு, புதுவைப் பல்கலைக்கழகத் தொல்லியல் பேராசிரியர் கே.இராஜன், சென்னைப் பல்கலைக்கழகப் பண்டைய வரலாற்றுத் துறை பேராசிரியர் சண்முகம், தமிழ்நாட்டுத் தொல்லியல் துறை கல்வெட்டாய்வாளர் முனைவர் சு.இராசகோபால் முதலியோரையும் இன்னும் பலரையும்

அவரது இல்லத்திற்கு அழைத்துச் சென்றிருக்கிறேன். அந்தச் சந்திப்பில் எல்லாம் சுகம் விசாரிப்பதற்குப் பதிலாகப் பல்துறைசார்ந்த கருத்தாடல் களமே நிகழும். பேராசிரியர் ஒய்.சுப்பராயலு என்னிடம் கேட்டார், “இவரை வைத்துக்கொண்டு அங்கு இங்கு அலைகிறீர்களே” என்று உண்மையில் மனந்திறந்து சொல்வதானால் அவரது ஒவ்வொரு சந்திப்பின் பின்னும் புதிய கோணங்களில் சிந்தனை வயப்பட்டவராகவே எவரும் மீள்வர். அவரது கருத்தாடல் அவ்வளவு கனதியானதாக இருக்கும்.

வாசிப்பு ஒரு மனிதனைப் பூரணமாக்குகிறது என்ற வாசகத்தின் யதார்த்தத்தை நான் அவரிடம் கண்டேன். புதிய வரவுகள் புதிய போக்குகள் பற்றியெல்லாம் உடனுக்குடன் அவர் அறிந்திருந்தார். தம்மிடம் செல்வோரையும் ஆற்றுப்படுத்தினார். பின்னாட்களில் கண்பார்வை மங்கியபோதும் தடித்த பெரு மூக்குக்கண்ணாடி அணிந்து அவர் வாசித்ததையும் அதன் பின்பு பூதக்கண்ணாடி கொண்டு வாசித்ததையும் தமக்கு வாசித்துக் காட்டவென ஒருவரை நியமித்து வாசித்துக் கேட்டதையும் பார்த்திருக்கின்றேன். கண்பார்வை மங்கியதை ஒரு தடையாக அவர் கருதியதில்லை. தன் வாசிப்பு நின்றுவிடுமோ என்பதுதான் அவரது கவலையாக இருந்தது.

தமிழறிஞர் சபைகள் அவருக்கான முதன்மையை வழங்கியபோது அவர் அதனைக் கண்ணியமாக்கினார். அவரது உடல்வளம் போலவே குரல்வளமும் அமைந்திருந்தது. அவரது பேச்சுத்தமிழ் அசல் யாழ்ப் பாணத்துப் பேச்சுத் தமிழைப் பிரதிபலித்தது. எனினும் மேடைத் தமிழ் வேறோர் வகையில் பொலிவுபெறும். கம்பீரமான குரல் வளம், தொனி, புதுப்புதுச் சொற்களின் பிரயோகம், ஆற்றொழுக்காக விடயங் களை முன் வைக்கும் பாணி, உதாரணங்களைப் பல வகையாகத் தருதல், முத்தாய்ப்பாய் சில விடயங்களை நிறுவுதல் என்பன அவருக்கே யுரித்தான தனித்துவம். அவ்வாறே கருத்தரங்கு, வகுப்பறை விரிவுரை எல்லாவற்றிலும் அவரது அணுகுமுறை புதுமையாக இருக்கும்.

“நான் விரிவுரை மண்டபத்தில் விரிவுரையை நிறைவுசெய்து வெளியேறுகையில், என்னிடம் கற்ற மாணவர்களது முகத்தில் தோன்றும் நிறைவான திருப்தியான நன்றிகலந்த புன்னகை ஒன்றே என் கற்பித்தலுக்கான பரிசாக அமையும்” என்று அடிக்கடி கூறுவார். அவ்வாறு மாணவரிடத்தே புன்னகையை ஏற்படுத்தாமல் அவர் விரிவுரை மண்டபக் கதவுகளைத் தாண்டியதில்லை என்பதுதான் அவரிடம் கற்ற பல மாணவர்களது நன்றி கலந்த அபிப்பிராயம்.

பேராசிரியரது அறிவுப்பரப்புகை என்ற வழித்தடம் மிகப்பெரியது. மிக நீண்டது. பல்பரிமாணங்கொண்டது. தமிழியல் ஆய்வு என்பது பல்துறை ஆய்வுச் சங்கம ஒருங்கின் வழி நிகழ்கின்றபோதுதான் அதன் கன பரிமாணம் புலப்படும் என்பதைத் தமது கட்டுரைகள், நூல்கள் வழி நிரூபித்துக் காட்டியவர் அவர். பேராசிரியர் ஜார்ஜ் தொம்ஸனிடம் பெற்ற ஆய்வு அறிவு வழிகாட்டல் பின்னாட்களில் இலக்குகளையும் கருத்தியல்களையும் அடிப்படையாகக் கொண்டு அமைந்தபோது புதிய வழித் தடத்தை நோக்கி அவரது ஆய்வுத்தடங்கள் அமைந்தன. அவரது பாஷையில் கூறுவதானால் 'எதையும் அகட்டிப்பார்க்கிற' பண்பா டொன்றை அவர் வரித்திருந்தார். அந்தப் பார்வையின் வெளிப்பாடுதான் அவரது 'தமிழில் இலக்கிய வரலாறு' என்ற அரிய நூலாகும்.

அவரது வாழ்வின் பின் இறுதிக் காலங்களில் சங்க இலக்கியம் பற்றித் தீவிரமான கவனஞ்செலுத்தினார். அவரது திணைக்கோட்பாடு பற்றிய கட்டுரை சங்க இலக்கியத்தின் சமூக அசைவியக்கத்தைக் கருத்தியல் நிலையில் வெளிப்படுத்திய கனதியான கட்டுரையாகும். அதன் வழிப்பட்டு சங்கச் சமூகம் சங்க இலக்கியக் கவிதையியல் பற்றிய நீண்ட விவாதங்களை நிகழ்த்தினார். இதன் இறுதிச் செயற்பாடாகச் சென்னைப் பல்கலைக்கழகத் தமிழ்த்துறைத் தலைவர் பேராசிரியர் வீ. அரசு மற்றும் தஞ்சாவூர் தமிழ்ப் பல்கலைக்கழகத் துணைவேந்தர் முனைவர் இராஜேந்திரன் ஆகியோரது அனுசரணையில் சென்னைப் பல்கலைக்கழக மரீனா வளாக மண்டபத்தில் தொடர் விரிவுரைகள் நிகழ்த்த அழைக்கப்பட்டார். அக்காலத்தில் சில நாட்கள் அவர் தங்கியிருந்த புலவிருந்தகத்தில் நானும் தங்கியிருக்கவேண்டி ஏற்பட்டதால் அவரது விரிவுரைகள் சிலவற்றைக் கேட்க நேர்ந்தது. உடல் நலங்குன்றியிருந்த நிலையிலும் கண்ணொளி குறைந்த நிலையிலும் மற்றவரின் உதவி யுடன்தான் மேடையேற வேண்டும் என்ற நிலையிலும் அவரது புலமை ஆளுமை நுண்மாண் நுழைபுலம் சற்றும் குறையவில்லை, ஒரு பேரறிஞனுக்குக் கிடைத்த பெருங்கௌரவம் அது. ஈழத்துத் தமிழ் அறிஞர்களை நெஞ்சு நிமிரச் செய்த சம்பவம் அது.

சங்கப் பாடல்கள் பற்றி அவர் விவரிக்கும்போது தொகை நூல்களில் உள்ள ஆரம்ப இலக்கங்களில் உள்ள பாடல்களைவிட பின்னால் வருகின்ற பாடல்களில்தான் உண்மையான சங்க வாழ்வு விளங்கும் என்று கூறும் அவர், மாவாராதோ மாவாராதோஞ் என்று தொடங்கும் புறநானூற்றுப் பாடலின் சமூகத் தளமும் அதன் பின்னாலுள்ள சோகமும் நெஞ்சை நெகிழ்விப்பவை என்று அடிக்கடி கூறுவார். தமிழர்ப் போராட்டம் நிகழ்ந்த காலத்தில் இச்செய்யுள் பெற்ற சமூக

முக்கியத்துவத்தையும் சுய அனுபவங்களூடாகக் குறிப்பிடுவார். அவரது சங்கப் பாடல்கள் பற்றிய விவரணம் கேட்பது ஒரு புதுவகை அனுபவத்தைத் தரக்கூடியது. திரு. ஐராவதம் மகாதேவனது Early Tamil Epigraphy என்ற நூல் வெளியானபோது, அதன் வாசிப்பில் தீவிர கவனங் கொண்டிருந்தார். தொல்காப்பியரது காலத்தை இன்னும் பின்னோக்கிப் பார்க்கலாமோ என்று கருத்துக் கூறினார். இறுதியாக குமரன் புத்தக இல்லத்தின் வெளியீடாக வந்த சமூக அறிவு என்ற ஆய்விதழில் பின் குறிப்பாக நீண்ட விமர்சனக் கட்டுரையொன்றை எழுதியிருந்தார். பேராசிரியரின் இற்றைப்படுத்தல், அகட்டிப்பார்த்தல் என்ற கொள்கைக்கு இது பதச்சோறு.

அவரது இறுதி நாட்களிலும் அவர் இயங்கிக்கொண்டுதானிருந்தார். அவரது அனுபவப்பிழிவுகள் பண்பாட்டுக்கோலங்களாக வெளிவந்தன. ஈழத்தமிழர் பண்பாடு குறித்த தகவல்கள் பலவற்றை வெளிப்படுத்துவதில் முனைப்புக்கொண்டிருந்தார். ஈழத்தமிழரது சாதீய அடுக்கமைவு, கோயில்கள் திருவிழாக்கள், பண்டிகைகள், உணவு, சடங்குகள் என்பன குறித்த தனது அனுபவங்களை ஒரு பின்நோக்கிப் பார்த்தல் உத்தியில் விவரணம் செய்தார். தான் அவருடன் இறுதியாக உரையாடியபோதும் அதுவே வெளிப்பாடாக இருந்தது. புதுவைப் பல்கலைக்கழகப் பேராசிரியர் இராஜன் அவர்கள் கொழும்பு வந்த போது, பேராசிரியர் சிவத்தம்பி அவர்களைச் சந்திக்க விரும்பி என்னுடன் தொடர்புகொண்டார். நான் பேராசிரியரிடம், தொடர்புகொண்டேன், அப்போது "தம்பி சரி சரியெடா வரச்சொல்லு... ஆனால் இண்டைக்கு எங்கட திருவிழா நாள். உனக்குத் தெரியுந்தானே நம்மட ஊரில் கோயில் திருவிழா என்றால் திருவிழாக்காறன் வீடு என்ன பாடுபடும் என்று. அதுதான் இஞ்சை நடக்குது மோனை. பின்னேரம் வரச் சொல்லு..." என்று கூறினார். அதுவே அவருடனான எனது இறுதி உரையாடலாகவும் அமைத்தது.

அவர் கல்வி கற்ற கரவெட்டி விக்னேஸ்வரா வித்தியாலயத்தைச் சேர்ந்த பிரமுகர்கள் அவருக்கான விழாவொன்றைக் கொழும்பு தமிழ்ச் சங்கத்தில் நிகழ்த்தினர். அவரால் சமூகமளிக்க உடல்நிலை இடங் கொடுக்கவில்லை. குடும்பத்தவர் அனைவரும் பங்கு கொண்டனர். இந்த விழா நிறைவுற்று சில தினங்களே ஆகிய நிலையில் மன நிறைவோடு பேசிப்பேசி ஊடாடியபடியே ஒரு மேதையின் மூச்சுவெளி நிறுத்தற்குறி கண்டது.

பேராசிரியர் சிவத்தம்பி ஒரு தமிழ் அனுபவம். ஓர் அதிமானுடன், ஓர் தமிழ் அடையாளம். எங்கள் வீட்டு முற்றத்தில் கம்பீரமாக ஓங்கி வளர்ந்து பூலோக கற்பகதரு எனும்படி தமிழ்ப்பயன் தந்துகொண்டிருந்த முற்றத்து ஒற்றைப்பனை. அது சரிந்தாலும் அதன் விதைகள் ஆயிரம் வடலிகளாய் எழுந்து பனந்தோப்பாய் உயிர்க்கும்.

(கட்டுரையாளர் இலங்கை, பேராதனைப் பல்கலைக்கழகத் தமிழ்த் துறையில் பணியாற்றுகிறார்.)

11. பேராசிரியர் சிவத்தம்பியின் அழகியல் நோக்கு

பேராசிரியர் செல்வா கனகநாயகம்

1975 ஆம் ஆண்டு இலங்கைப் பல்கலைக்கழகத்தில் நான் இறுதி வருட மாணவனாகவும் பேராசிரியர் சிவத்தம்பி துணைப் பேராசிரியராகவும் இயங்கியபொழுது 'ஈழத்து இலக்கியமும் திறனாய்வும்' என்ற தலைப்பில் ஒரு நீண்ட ஆராய்ச்சிக் கட்டுரையைப் பேராசிரியர் சிவத்தம்பியின் மேற்பார்வையில் எழுதும் வாய்ப்பு கிடைத்தது. புத்திஜீவி என்ற முறையிலும் ஆசிரியர் என்ற முறையிலும் அவரோடு ஈடுபடும் சந்தர்ப்பம் இப்போது எனக்கு முதற்தடவையாகக் கிடைத்தது. பேராசிரியர் சிவத்தம்பி இரண்டு அல்லது மூன்று மாதங்களில் எனக்கு எடுத்துக் கூறிய கோட்பாடுகளும் அணுகுமுறைகளும் புதியதொரு பரிமாணத்தையே என்முன் நிறுத்தியது. தமிழ் இலக்கியம், தமிழியியல் ஆய்வு ஆகிய துறைகளின் வரலாறு மட்டுமல்ல, கேள்விகள், பிரச்சினைகள், வாதங்கள் போன்ற யாவற்றையுமே பேராசிரியர் சிவத்தம்பி அறிமுகப்படுத்தியபோது, அவருடைய சிந்தனையின் அழகும் நுட்பமும் தெளிவாகியது. தமிழை முறையாகக் கற்ற பண்டிதருடைய மகனாக அவர் வளர்ந்தாலும் பேராசிரியர் கணபதிப்பிள்ளை, செல்வநாயகம் ஆகியோரது ஆங்கிலம் சார்ந்த செல்வாக்கை உள்வாங்கியதாலும் இங்கிலாந்தில் தொம்சனின் மார்க்சிய கிரேக்க அறிவியலைக் கற்றதாலும் அவருடைய சிந்தனையும் பார்வையும் புதிய திசைகளை நோக்கிச் சென்றன. பேராசிரியர் சிவத்தம்பியின் மறைவோடு ஒரு பாலைவனம் நம்மை எதிர் நோக்கின்றது என்று நாம் கருதுவதற்குக் காரணமும் அதுதான். அவரைப் போன்று சிந்திக்கும் புத்திஜீவிகள் பலர் எங்கள் மத்தியில் இல்லை.

கடந்த *35* ஆண்டுகளாகப் பேராசிரியர் சிவத்தம்பியின் நிழலில் என்னுடைய தமிழியல் ஆர்வமும் வளர்ந்தது. இந்தக் காலப்பிரிவில் பேராசிரியர் சிவத்தம்பி எழுதிய நூல்களும் ஆய்வுக்கட்டுரைகளும் பல்வேறு துறைகளை உள்ளடக்கின. சங்க இலக்கியம் முதல் பின் காலனித்துவம் வரையில் ஆய்வுக் கண்களோடு நோக்கிய பேராசிரியர் சிவத்தம்பி எந்த விடயத்தை மேற்கொண்டாலும் நாம் இதுவரை சிந்திக்காத பல வகைகளில் எம்மை சிந்திக்கத் தூண்டியுள்ளார் என்பது

மறுக்க முடியாத உண்மை ஒட்டுமொத்தமாகப் பார்க்கும்போது பேராசிரியர் சிவத்தம்பியின் பன்முகப்பட்ட பங்களிப்பிற்கு மையப் புள்ளி எது என்பது ஒரு முக்கியமான கேள்வி. மார்க்சிய கோட்பாட்டின் செல்வாக்கோடு இவர் தமிழியல் ஆய்வில் காலடி வைத்தவர் என்பது யாவருக்கும் தெரிந்த விடயம். தமிழ் நாடகம் பற்றி அவர் ஆரம்ப காலத்தில் எழுதிய நூல் முதல் பல ஆய்வுக் கட்டுரைகள் அவருக்கு மார்க்சியத்தோடு இருந்த ஆழமான ஈடுபாட்டைப் பிரதிபலிக்கும். ஒரு வகையில் பார்க்கும்போது, மார்க்சியத்தின் அடிப்படைக் கோட்பாடுகள் அதாவது இலக்கியத்தையும் பண்பாட்டையும் பொருளாதாரப் பின்னணி நிர்ணயிக்கும் என்ற நிலைப்பாடு தொடர்ந்து இவருடைய ஆய்வை ஊடுருவிச் செல்கின்றது. அதே நேரத்தில் மார்க்சிய வரையறைக்குள் மாத்திரம் அவருடைய ஆய்வு அமைந்தது என்று கூறுவது பொருத்தமானதல்ல.

ஏறத்தாழ மூன்று வருடங்களுக்கு முன்னர் நான் பேராசிரியர் சிவத்தம்பியைக் கொழும்பில் சந்தித்தபோது, எங்களுடைய உரையாடல் சங்க இலக்கியம் பற்றி அமைந்தது. அந்தச் சந்தர்ப்பத்தில் நான் நெடுநல் வாடை என்னும் நீள் கவிதையை ஆங்கிலத்தில் மொழிபெயர்க்க வேண்டும் என்று கூறினார். இது வரையில் ஒருசில மொழிபெயர்ப்புகள் வெளிவந்துள்ளபோதும் அக்கவிதையின் தனித்துவத்தை மனத்தில் வைத்து ஒரு மொழிபெயர்ப்பை மேற்கொள்ள வேண்டும் என்று அவர் கேட்டுக்கொண்டார். அதற்கான காரணங்களை அவர் சுட்டிக் காட்டும் போது எந்த அளவிற்கு அழகியல் அவருடைய சிந்தனைக்கு முக்கியமானது என்பது தெளிவாகிறது. சங்க இலக்கியத்தில் நெடுநல்வாடையின் பங்கு தொல்காப்பியத்திற்கும் இந்தக் கவிதைக்கும் உள்ள தொடர்பு, நெடுநல்வாடை பற்றி உரையாசிரியரின் கருத்து போன்ற பல விடயங் களை ஆய்வு நோக்கோடு பேராசிரியர் சிவத்தம்பி பார்க்கும்போது அவரைப் பொறுத்தவரையில் மேலெழுந்து நின்ற கேள்வி அழகியல் பற்றியதாகும். ஒப்பியல் நோக்கில் பார்க்கும்போது சங்க இலக்கியத்தில் இந்தக் கவிதைக்குத் தனியிடம் உண்டு என்ற எண்ணத்தை ஆரம்பப் புள்ளியாக வைத்தே அவருடைய ஆராய்ச்சி ஆரம்பமாகியது. இலக்கியம் இலக்கியத்திற்காகவே என்ற கோட்பாட்டை அவர் ஆதரித்ததாகத் தெரியவில்லை. சமூகப் பொருளாதாரப் பின்னணியைப் புறக்கணித்து அவர் ஒருபோதும் இலக்கியத்தை எடைபோட்டதில்லை. அதே நேரத்தில் அவர் அழகியலை முன்வைக்கத் தவறியதில்லை.

பேராசிரியர் சிவத்தம்பியின் நோக்கில் அழகியல் எவ்வாறு அணுகப்பட்டது என்பது ஆழமாக ஆராயப்படவேண்டிய விடயமாகும்.

1983ஆம் ஆண்டு இவர் எழுதிய தமிழ் இலக்கியத்தில் மதமும் மானிடமும் என்னும் நூலும் 1999இல் எழுதிய மதமும் கவிதையும் என்னும் நூலும் இவருடைய அழகியல் நோக்கை எடுத்துக்காட்டு கின்றன. இந்த இரண்டு நூல்களுமே பக்தி இலக்கியத்தைக் கருப் பொருளாகக் கொண்டவை. பல்லவர் காலத்தில் ஆரம்பித்து நவீன காலம்வரை செல்லும் இவ்விரண்டு நூல்களும் பல சிக்கலான அடிப்படையான கேள்விகளை எழுப்புகின்றன. தமிழ் இலக்கிய வரலாற்றில் இலக்கியத்திற்கும் மதத்திற்கும் இடையே உள்ள தொடர்பு என்ன என்ற கேள்வியோடு ஆரம்பித்து, நூலாசிரியர் எங்களுடைய கோட்பாடுகள் பலவற்றைத் திறனாய்வுரீதியில் கட்டுடைக்க ஆரம்பிக் கின்றார். சுருக்கமாகக் கூறுவதானால் பேராசிரியர் சிவத்தம்பியின் வாதத்தைப் பின்வருமாறு விவரித்தல் பொருத்தமானதாகும். நாயன்மாரோ ஆழ்வாரோ பாடிய சிவ பாடல்கள் இன்றுவரை கிராமங்களில்கூட நிலைத்திருப்பது உண்மையானால் அவற்றின் அகநிலைத் தாக்கம் இன்றுவரை பலமாக இருப்பது உண்மையானால், அதற்குரிய காரணம் என்ன? மதம் நிலைக்கும்போது மத இலக்கியம் வாழ வேண்டும் என்ற நியதி இல்லை. ஒரு சில தேவாரங்களை நாம் மீண்டும் மீண்டும் படிக்கும்போது அவற்றைக் கவிதை என்ற காரணத்தினாலேயே விரும்புகின்றோம். ஆனால், தமிழ் இலக்கிய வரலாற்றில் மதம் வேறு இலக்கியம் வேறு என்று பார்ப்பது சிக்கலான விடயம்.

இந்தக் கடினமான கேள்விக்குப் பதில் காணுவதற்காகப் பன்முகப் பட்ட திறனாய்வு நோக்கைப் பேராசிரியர் சிவத்தம்பி கையாள்கின்றார். முதலாவதாக நூலாசிரியர் பக்தி என்னும் கோட்பாட்டிற்கு வரை விலக்கணம் கொடுத்து வரையறைகளை நிறுவுகின்றார். பரிபாடல் முதலாக மதம் சார்ந்த இலக்கியம் பக்தி இலக்கியம் அல்ல என்பதற்குப் போதிய ஆதாரம் காட்டி பக்தி இலக்கியத்தின் தனித்துவத்தைத் தெளிவாக விளக்குகின்றார்.

பக்தி இலக்கியத்தின் தனித்துவத்தை நுட்பமாக நிறுவிய பின்னர் முக்கியமான கேள்வி எழுகின்றது. பக்தி இலக்கியம் தெய்வீகத்தின் அடிப்படையில் உருவானது. பல சந்தர்ப்பங்களில் தெய்வத்தின் அருளால் உருவாக்கப்பட்டது என்று கூறப்பட்டுள்ளது. அத்தகைய பின்னணியில் பக்தி இலக்கியத்தைத் திறனாய்வுக் கண்களோடு பார்ப்பது ஏற்கக் கூடியதல்ல என்பது பொதுவான கருத்து. இதனால்தான் திருமுறைகளுக்கு உரை எழுதும் மரபே இருக்கவில்லை. இதற்கு மாறாக மேற்கத்தைய நவீனத்துவ வழக்கு போன்று இலக்கியத்தை இலக்கியமாகவே எடுக்கலாமா என்ற வினா எழுகின்றது. தமிழ் இலக்கியத்தைப் பொறுத்த

வரையில் பக்தி இலக்கியம் அகநிலை சார்புகொண்டது. சமூக வரலாற்றில் அதன் பங்கைப் புரிந்துகொள்வதற்கு அவ்விலக்கியம் எவ்வாறு பேணப்பட்டது என்பதையும் கருத்தில் கொள்ள வேண்டும். பக்தி இலக்கியம் திறனாய்விற்கு அப்பாற்பட்டது என்று கூறுவது எந்த அளவிற்கு ஏற்க முடியாத கருத்தோ அதே போன்று பக்தி இலக்கியத்திற்கும் அகநிலைக்கும் தொடர்பு இல்லை என்ற கோட்பாடும் தவறானதாகும்.

இந்த இரண்டு அபிப்பிராயங்களையும் உள்ளடக்கி பேராசிரியர் சிவத்தம்பி முன்செல்வதற்குக் காரணம், அவருடைய அழகியல் சிந்தனையாகும். அழகியலை அடித்தளமாக ஆராயும்போது, நூலாசிரியரின் கண்ணோட்டம் பல திசைகளில் செவ்வதை நாம் காணக்கூடியதாக இருக்கின்றது. உதாரணமாக, மொழிப் பிரயோகம், யாப்பின் வளர்ச்சி, பொருளாதாரப் பின்னணியின் தாக்கம் ஆகிய யாவுமே ஒன்றின் பின் ஒன்றாக அவருடைய ஆய்வில் எழுகின்றன. முக்கியமாக, வாய்மொழி இலக்கியத்தின் வரலாறு, வடமொழியின் தாக்கம் ஆகிய இரண்டும் ஒரு நாணயத்தின் இரு பக்கங்களாக எழுகின்றன. பொதுமக்களின் இலக்கியம் என்று பக்தி இலக்கியத்தை நோக்க ஆரம்பிக்கும்போது இப்பாடல்களின் தனித்துவம் தெளிவாகுவது மட்டுமல்ல இப்பாடல் தொகுப்பின் வேறுபாடுகளும் புலனாகின்றன. பக்தி இலக்கியத்தின் சமூக முக்கியத்துவத்தையோ அகநிலைத் தாக்கத்தையோ ஒதுக்கி விடாது தரவுகளை நாம் பிரயோகிக்கக்கூடிய நிலையை அவருடைய ஆய்வு உருவாக்குகின்றது. பக்தி இலக்கியம் பற்றி இதுவரை மேற்கொள்ளப்பட்ட ஆய்வுகளில் பேராசிரியர் சிவத்தம்பியின் பங்களிப்பு முக்கிய ஸ்தானத்தை வகிப்பதற்குக் காரணம், அவருடைய அழகியல் ஈடுபாடு என்று கூறலாம். புத்திஜீவி என்ற முறையில் பேராசிரியர் சிவத்தம்பியின் மேன்மையைப் பறைசாற்றவேண்டிய தேவையில்லை. அவருடைய 30 நூல்களும் சுமார் 100 ஆய்வுக் கட்டுரைகளும் எங்களுடைய இலக்கிய ஆய்வுப் பார்வையை மாற்றியமைத்துள்ளன என்பது யாவருக்கும் தெரியும். அவர் பேராதனைப் பல்கலைக்கழகத்தில் மாணவனாக இருந்தபோது எவ்வாறு வேறுபட்ட கோட்பாடுகளின் மத்தியில் தனக்கென ஒரு தளத்தை அமைத்துக்கொண்டாரோ அதேபோன்று அவருடைய ஆய்வில் பல மரபுகளையும் உள்வாங்கிப் புதியதொரு ஸ்தானத்தை உருவாக்கிக்கொண்டார். தமிழ் இலக்கியத்தையும் தமிழியலையும் முழுமையாக உள்வாங்கிய பேராசிரியர் சிவத்தம்பி, புதிய பல கருத்துகளை முன்வைத்தது மட்டுமல்லாமல் வருங்கால அறிஞருக்குப் பல முக்கியமான கேள்விகளையும் வைத்துச்சென்றுள்ளார். தமிழ்ப்

பேராசிரியராய் வாழ்வது ஒரு தொழில் அல்ல என்று அவர் அடிக்கடி சொல்வார். தமிழியல் என்பது ஒரு நெறி அல்லது வாழ்க்கை முறை (Vocation) என்பது அவருடைய நம்பிக்கை, பேராசிரியர் சிவத்தம்பி பெரும் அறிஞர் மட்டுமல்ல, அற்புதமான மனிதர்.

(செல்வா கனகநாயகம், பேராசிரியர், ஆங்கிலத் துறை,
டொரன்டோ பல்கலைக்கழகம், கனடா)

12. பேராசிரியர் கார்த்திகேசு சிவத்தம்பி: பேராய்வும் பெருவாழ்வும்

கலாநிதி அமுது யோசவ் சந்திரகாந்தன்

இலங்கைப் பல்கலைக்கழகத்தில் பட்டப்படிப்பினை முடித்து பர்மிங்காம் பல்கலைக்கழகத்தில் கலாநிதிப் பட்டத்தினைப் பெற்று, இலங்கைப் பாராளுமன்றத்தில் மொழிபெயர்ப்பாளராகச் சில ஆண்டுகள் கடமையாற்றியபின் கொழும்புப் பல்கலைக்கழகத்தில் தமிழ் விரிவு ரையாளராகத் தமது ஆசிரியப் பணியை ஆரம்பித்தார். 1979இல் யாழ்ப்பாணப் பல்கலைக்கழகத்தில் இணைத்தமிழ்ப் பேராசிரிய ராகவும் தமிழ்த்துறைத் தலைவராகவும் ஒப்பற்ற பேரறிஞராகப் பாராட்டப்பெற்ற இவரை 1981ஆம் ஆண்டில் நான் யாழ்ப்பாணப் பல்கலைக்கழகத்தில் கிறிஸ்தவ நாகரிகத் துறையில் எனது ஆசிரியப் பணியை ஆரம்பித்த காலம் முதல் தொடர்ந்து முப்பது வருடங்களுக்கு மேலாக, அன்பினிற்கினிய அறிஞராக, பாசமிகு ஆசிரியராக, புலமை யாழம்மிக்க ஆய்வாளராக, தமிழ் இலக்கியச் சமூகவியற் தேடலில் அதீத ஈடுபாடு கொண்ட சான்றோனாக, தமிழ் இலக்கிய வரலாற்றுத் தொடர்ச்சியினை மானிட, சமய, சமூக நெறிமுறைகளினூடு துல்லியமாக விமரிசனம் செய்யும் வித்தகராக அறிகின்ற, உரையாடுகின்ற, பழகுகின்ற வாய்ப்பு எனக்கு நிறையவே கிடைத்தது எனலாம்.

யாழ்ப்பாணப் பல்கலைக்கழகத்தை அதன் தொடக்க காலத்தி லிருந்தே அணிசெய்த தமிழ்ப் பேராசிரியர்களுள் இவரது சமகாலத்த வரையும் மூத்த சகபாடிகளையும் விஞ்சிய அளவிற்கு அப்பல்கலைக் கழகத்தின் மேன்மையான புலமைத்தள வளர்ச்சிக்குப் பொலிவும் வலிவுமூட்டினார். தமிழ்த் துறையிலும், அரங்கியல், நுண்கலை போன்ற துறைகளிலும் பேராசிரியர் பாரிய, செழுமையான செல்வாக்குச் செலுத்தியுள்ளார். இவரது பல்கலைப் பணியினதும் பல துறைச் சங்கம ஆய்வு நெறிகளினதும் உன்னதமும் உயர்வும், யாழ்ப்பாண அறிவுல கிற்கும் அப்பால் எமது பல்கலைக்கழகம் அறியப்படவும் பாராட்டப் படவும் வழிசமைத்தன. தமிழகத்திலும் அனைத்திந்திய அளவிலும் இன்னும் உலகின் ஒருசில பல்கலைக்கழகங்களிலும் பேராசிரியரின் எழுத்தாக்கங்களும் பேருரைகளும் நேர்காணல் பதிகைகளும் சிந்தனைக் கருத்து வளங்களும் ஆய்வுப் பொருளாக்கப்பட்டமை இதனை மேலும் உறுதிப்படுத்துவதாகும்.

பேராசிரியரின் அகன்று விரிந்த ஆய்வுத்தளமும் புலமைக் களமுமே இதற்கு ஆதாரசுருதியாகவமைந்தன. அரசியல், அறிவியல், மெய்யியல், சைவ சமயவியல், இறையியல், சமூகவியல், மானிடவியல், பண்பாட்டியல்; போன்ற பல அறிவுத் துறைகளையும் உள்ளடக்கி, தமது பற்றுக்கோடாகக் கொண்ட தமிழ் இலக்கியச் சமூக வரலாற்றியலின் கூரிய ஆய்வுப்பார்வைக்கு இவற்றை உட்படுத்தி இவ்வறிவுத் துறைகள் பற்றி அவரது பல்வேறு ஆக்கங்களிலும் பேராசிரியர் ஆக்கப் பூர்வமாகக் கருத்து தெரிவித்திருக்கின்றார். தென்னாசியப் பூகோள, சமூக, சமய, அரசியல் நிலப்பரப்பையே பெருமளவில் இவர்தம் ஆய்வுப் புலமாக வரையறை செய்துகொண்டார்.

வருங்காலத் தமிழ்ப் புலமையுலகில் பேராசிரியரின் கட்டுரைகள், கருத்துரைகள், நூல்கள், ஏனைய ஆய்வுப் பங்களிப்புகள், தனித்துவமான அவரது தமிழ் இலக்கிய விமரிசனச் செல்நெறிகள், சமய சமூகக் கருத்து நிலைகள் போன்றவை சார்ந்த வரன்முறைப்பட்ட ஆய்வுகள் இவரது மாணவர்களாலும் இன்னும் தமிழகத்தில் பேராசிரியரின் இலக்கிய சமூக ஆய்வு வட்டத்தைச் சார்ந்த அறிஞர்கள் நண்பர்களினாலும் புலமை மரபுகளுக்கேற்ப முன்னெடுக்கப்படும் என்ற நம்பிக்கை எமக்குண்டு. இத்தகைய ஆய்வுகள் தமிழ்ப்புலமையுலகிற்குப் பெருவளம் சேர்ப்பவையாகும்.

பேராசிரியரின் கலைப் புலமையும், ஆசிரிய ஆளுமையும் ஆய்வுத் தேடலும் பல்கலைப் பரிமாணம் கொண்டவை. நீண்ட காலப் போராட்ட சூழலினால் சிதைவுற்று மாற்றமடைந்துவரும் ஈழத்தமிழ்ச் சமூகம் பற்றிய பல்வேறு விடயங்களையும் பிராந்திய, சாதிய, சமயப் பாகுபாடு களையும் திறந்த மனத்துடன், கட்டற்ற நிலையிலமைந்த ஆய்வறிவிற்கு உகந்த முறையில் கலந்துரையாடவேண்டியதன் அவசியத்தைச் சுட்டிக் காட்டினார். பேராசிரியரின் சமூகப்பார்வை மற்றும் அவரது கலை இலக்கியப் பரிமாணம் அவரிடத்து இயல்பாகவே இணைந்திருக்கும் மானிட நேயம் ஆகியன அவரது ஆக்கங்களுக்குப் புதிய வலுவைக் கொடுத்தன.

1990ஆம் ஆண்டு ஜூன் மாதம் ஈழப் போரின் இரண்டாம் கட்டம் ஆரம்பமாகியது. இதன் விளைவாக யாழ்ப்பாணச் சமூகம் யாழ் குடாவிற்குள் ஒரு மூடப்பட்ட முடக்கப்பட்ட சமூகமாகவே வாழும் நிர்ப்பந்தம் ஏற்பட்டது. வானொலி வாயிலாக வருபவற்றைத் தவிர வேறெந்த உலகத் தொடர்பும் அற்ற நிலை ஐந்து வருடங்களுக்குமேல் அங்கு நிலவியது. இன்னும், 1990 முதல் 1995 வரையான கால எல்லைக்குள், ஆக்க இலக்கியப் படைப்பாளியும் முன்னைநாள்

யாழ்ப்பாணப் பல்கலைக்கழக மருத்துவ பீடாதிபதியுமான மறைந்த அன்புசால் பேராசிரியர் சிவஞானசுந்தரம் (நந்தி) அவர்களுடனும் பேராசிரியர் சிவத்தம்பியுடனும் ஓரிரு தடவைகள் யாழ்ப்பாணத்தி லிருந்து கிளாவிக் கடலேரி ஊடாக கொழும்புப் பயணத்தில் இணைந்து சென்றோம். சுவாரசியமானதும் அறிவுக்கு இதம் அளிப்பவையுமான இந்தப் பயண அனுபவங்கள் இன்றும் என் அடிமனதில் அருமையான நினைவுகளாகத் தேங்கிப்படர்ந்துள்ளன. இரு நாட்களுக்கு மேல் நீடிக்கும் இந்தக் கடல்வழி, தரைவழிப் பயணங்கள் பேராபத்து களுக்கும் பேரிடர்களுக்கும் மத்தியிலேயே மேற்கொள்ளப்படுபவை. பேராசிரியரின் உள்ள உறுதிக்கும் மூடுபாடுகளையும், தடைகளையும் உடைத்தெறியும் மனநிலையிலான அவரது புலமைத் துணிவிற்கும் அறிவுத் தேடலின் ஆதங்கத்திற்கும் இந்தப் பயணங்கள் ஒரு வகையில் காத்திரமான குறியீடுகளாய் அமைந்தன. யாழ்ப்பாணப் பல்கலைக் கழகத்தின் அறிவுத் தூண்களாகவும் சமூக - மானிட நேயத்தின் அரண்களாகவும் விளங்கிய இந்த இரு பெருமனிதர்களுடன் பயணம் செய்தமையினாலும் அவர்களோடு பன்னிலைப்பட்ட கலந்துரையாடல் களில் ஈடுபட்டமையினாலும் பெற்றவை எழுத்திலடங்காதவை. பேராசிரியரின் புலமைத்தளத்தின் தனித்துவம் மிக்க ஒரு சில ஆய்வுக் கருத்தமைவுகள் பற்றி மட்டும் சில குறிப்புகள் கூறவிரும்புகின்றேன்.

பல்துறைச் சங்கம் ஆய்வுநெறி

தற்காலத் தமிழ் இலக்கிய விமர்சனத் துறை விரிவாக்கம் பெற்று வளர்வதற்காகப் பேராசிரியர் சிவத்தம்பியும் மறைந்த பேராசிரியர் க.கைலாசபதியும் ஆற்றிய பங்களிப்புகள் பற்றி ஈழத்திலும் தமிழகத்திலும் ஆக்க இலக்கியப் படைப்பாளிகளும் இலக்கிய ஆய்வாளர்களும் விதந்து பேசுவதும் எழுதுவதும் உண்டு. மார்க்சிய தத்துவார்த்தக் கோட்பாடு களைத் தனது கருத்து நிலையின் பற்றுக்கோடாகக் கொண்டு இலக்கியப் பகுப்பாய்விலும் விமரிசனத்திலும் ஈடுபட்ட பேராசிரியர், மானிட வியல், சமூகவியல் சமயவியல், அரசறிவியல் போன்ற ஆய்வுத்துலங் களின் பின்புலத்திலேயே தமிழ் இலக்கியத்தின் நிகழ்கால, வருங்கால செல்நெறிகள் பற்றித் தீர்க்கமாகக் கருத்து தெரிவித்தார். இலக்கியத் திற்கும் சமூகத்திற்கும் பிரிக்கப்பட முடியாத பிணைப்பும் உறவும் உள்ளதென்பதனைத் தமது எடுகோளாகக் கொண்டு பல்துறைச் சங்கம ஆய்வுநெறி வழியாக அதனை நிரூபித்துக் காட்டினார். இவ்வாய்வுத் துறையில் முன்னோடியாகவும் வழிகாட்டியாகவும் திகழ்ந்தார்.

இலக்கியப் படைப்புகளில் ஈடுபடுபவர்களுக்குத் தாம் சார்ந்திருக்கும் சமூகத்தின் பிரச்சினைகள் பற்றிய அறிவும் தெளிவும் அதனை இலக்கிய

நிலப்படுத்தும் திறனும் இருத்தல் வேண்டும் என்பதனைத் தமது எழுத்துகள் வழியாக வலியுறுத்தினார். (காண்க, கா. சிவத்தம்பி, இலக்கியமும் கருத்து நிலையும், 1982, பக். 20) எனவேதான் "மிகுதிறனுடைத்தான ஆக்க இலக்கியம்" வாழ்க்கை பற்றிய விமரிசன மாகவே அமையும் என உரமான உள்ள உறுதியோடு சுட்டிக் காட்டினார். அத்தகைய இலக்கியம் முகிழ்க்கவும், வளரவும் மானிடவியல், சமூகவியல் சார்ந்த அவரது தனித்துவம் வாய்ந்த விமரிசன நெறிகளினூடாக வழிசமைத்தார்.

தமிழ்ச் சமூகம் பற்றிய விமரிசகப் புலமை

இந்திய உபகண்டத்தில் பேச்சு வழக்கிலுள்ள மொழிகளுள் மிகத் தொன்மைவாய்ந்த இலக்கியத் தொடர்ச்சியைக் கொண்டிருக்கும் ஒரே மொழி தமிழ்தான் என்பதனைக் கோடிட்டுக் காட்டும் அதே வேளையில், தொன்மை பற்றிப் புகழ்பாடுவதிலும் பார்க்கத் தமிழின் தொடர்ச்சியை நிலைநிறுத்தும் ஆக்க இலக்கியப்பணிகளில் ஈடுபடுவதற்கான வழிமுறைகளை அடையாளம் காணவேண்டியதன் அவசியத்தை இலக்கியமும் கருத்து நிலையும் போன்ற தமது நூல்களின் வாயிலாக வற்புறுத்தி எழுதினார். தமிழ் ஆய்வாளர்களிடத்தில் விமரிசனப் புலமை வளரவேண்டியதன் தேவையை விளக்கியதோடு, இத்தகைய விமரிசன நோக்கு தமிழ்ச் சமூகத்தின் இன்றைய காலகட்டத்தில் உள்வாங்கப்படவேண்டியதன் அத்தியாவசியத்தை உறுதியோடு எடுத்துக் கூறினார். பேராசிரியரின் அண்மைக் கால ஆக்கங்களில் நான் ஆர்வத்தோடு விரும்பிப் படித்த நூல், யாழ்ப்பாணம்: சமூகம், பண்பாடு, கருத்துநிலை (2000) என்பதாகும். பேராசிரியரின் தனிப்பட்ட வாழ்வனுபவங்களினதும் கருத்து வளங்களினதும், கவலைதோய்ந்த இதய ஆதங்கங்களினதும், புலமை வேட்கையினதும், கருத்துநிலைப் போராட்டங்களினதும், பிழிசாறாக இந்நூல் விளங்குகின்றது.

'தமிழ்த் தேசியம்', 'தமிழ்ச் சமூக உருவாக்கம்', 'தமிழ்ச் சமூக அடிநிலை மாற்றம்', 'தமிழ்ச் சமூகக் குடும்பக் கட்டமைவுகளின் சிதைவு', 'தமிழ்ச் சமூகத்திற்கிடையிலான சாதி, மதப் பிளவுகள்' போன்றவை பற்றிய வாதப் பிரதிவாதங்கள் இன்று புலமைச் சூழலிலும், அதற்கு அப்பால் தனிப்பட்ட எழுத்தாளர் மற்றும் குழுமங்களுக்கிடையிலான சொற் போராகவும் ஈழத்தமிழ் மண்ணிலும் அதற்கு அப்பால் ஈழத்தமிழர் வாழும் பல நாடுகளிலும் வாழ்வுக் களம் முதல் இணையத்தளம் ஈறாக இடம்பெறுவதனைக் காண்கிறோம். இதனை மனங்கொண்டு பேராசிரியர் இந்நூலில் கூறும் அறிவுரைகளும், எச்சரிக்கைகளும் நுனித்து நோக்கத் தக்கவை. இவை ஆரோக்கியமான தமிழ்ச் சமூக அசைவியக்கத்திற்கும்

மாற்றத்திற்கும் ஆதர்சமாக அமைபவை. புலமைத் தன்மையிலாய 'ஒரு திறந்த சொல்லாடலை' வேண்டியே யாழ்ப்பாணம்: சமூகம் பண்பாடு, கருத்துநிலை என்ற இந்நூலினைப் பேராசிரியர் எழுதியுள்ளார். இத்தகைய திறந்த சொல்லாடல் எமது சமூகத்திலும், ஏன் பல்கலைக்கழக மட்டத்தில் தானும் இல்லாததால் தமிழ்ச் சமூகம் அனுபவித்துள்ள இன்னல்கள் இடர்களைச் சுட்டிக்காட்டி இதற்கும் புலமை நிலைப்பட்ட சமூகவியல், வரலாறு வழிவரும் காரணங்கள் உண்டு என விபரித்துள்ளார்.

காலங்காலமாகத் தமிழ்ச் சமூகத்தில் நிலவும் படிநிலை அடுக்கமைவுப் பண்பு காரணமாக, சமூக அதிகாரங்களை நாங்கள் இழக்கத் தயாராக வில்லை என்றும் நமது அடையாளங்களை குடும்பம், சாதி என்ற அலகுகளில் மட்டுமே வளர்த்துக்கொள்கிறோம் என்பதனைக் கூறி இதனால் எமக்குள்ளேயே ஒருவித ஒதுங்கல் நிலையைக் கடைப்பிடிக் கிறோம் என்றும் இந்நூலில் தெளிவாக விளக்கிக் காட்டுகின்றார்.

மதமும் மானிடநேயமும்

இலக்கியத்தின் சமூகத் தன்மை பற்றி விமரிசனம் செய்வதோடு தமது ஆசிரிய, கல்விப்பணி முடிந்ததெனக் கருதியவரல்ல. சமூகப் பிரச்சினைகளை உள்வாங்கி உருவாகும் இலக்கியமே உயிரூட்ட முள்ளது என்ற வகையில் சமூகச் சிக்கல்கள் பிரச்சினைகளோடு மிகவும் ஈடுபாடு கொண்ட ஒருவராகவே இவர் திகழ்ந்தார். தமிழ்ச் சமூகத்தின் அவலங்கள், அங்கலாய்ப்புகள், இவரது இதயத்தை வருடின. இழப்பதற்கு இனி ஏதுமில்லையெனப் பலமுறை இடம்பெயர்ந்து வறுமையின் கோரவிளிம்பில் வாழ்ந்த மக்களுக்காய் வேண்டி 'தமிழ் அகதிகள் புனர்வாழ்வு' அமைப்பின் தலைவராகப் பத்து ஆண்டுகளுக்கும் மேலாகப் பெரும் பணியாற்றினார். அவரது இளகிய உள்ளம் இடம் தந்த அளவிற்கு உடல்நிலை இடம் தராதபோதும் தமது உடல்நிலை சார்ந்த துன்பங்களை மறந்துவிட்டு, பொதுப்பணியில் ஆழ்ந்த அக்கறையுடன் இவர் ஈடுபட்டதை யாழ்ப்பாணப் பல்கலைக்கழகத்தில் இவருடன் பணியாற்றிய அனைவருமறிவர்.

1980களில் தமிழ்த் தேசியப் போராட்டம் முனைப்புற்ற வேளைகளில் யாழ்ப்பாணத்து பிரஜைகள் குழுவின் தலைவராக இருந்து இவர் செய்த பணிகளைப் பற்றி அப்போது யாழ்ப்பாணப் பேராயராகவிருந்த பேரருட்திரு தியோகுப்பிள்ளை ஆண்டகை பெருமிதத்துடனும் நன்றி யுணர்வுடனும் பேசியவை என்றும் என் நினைவிலுண்டு. தமிழியல் சார்ந்த அறிவுத் துறைகளில் ஈடுபாடு கொண்ட பேராயர் தியோகுப் பிள்ளை, பேராசிரியரின் எழுத்துக்கள் மீதும் கருத்துக்கள் மீதும் உயர்ந்த மதிப்பும் மரியாதையும் கொண்டிருந்தார் என்பதும் பேராசிரியரின்

நட்பினை மிகவும் பவித்திரமாகக் கருதியவர் என்பதனையும் இவ்விரு பெருமனிதர்களுடனும் நெருக்கமாக இருந்தவர்கள் அறிவார்கள்.

தமிழ் இலக்கியம் 'மானிட'த்தின் குரலாக அமைய வேண்டும் என்ற கருத்தியற் கோட்பாட்டை விபரிக்கும் பேராசிரியர், காலத்துக்குக் காலம் தமிழ் இலக்கிய வரலாற்றில் மானிடக் குரலின் தாக்கம் தெளிவாக மேலெழும்பிய கட்டங்களைப் பகுத்துப்பிரித்து தமிழ் இலக்கியத்தில் மதமும் மானிடமும் என்ற தமது நூலில் விளக்கி உரைத்துள்ளார். தமிழ் மொழிக்கு வளமும் அருளும் சேர்க்கும் பக்தி இலக்கியங்கள் பற்றி எடுத்துக் கூறி கிறிஸ்தவ, இஸ்லாமிய மதக் கோட்பாடுகளை உள்வாங்கி வெளிப்படுத்தும் அளவிற்கு தமிழில் மொழி நெகிழ்ச்சியும் வளச் செழுமையும் உள்ளமையை அழுத்திக் கூறுகின்றார்.

மதத்திற்கு இலக்கியம் அத்தியாவசியம் என்பதையும், "இலக்கிய மின்றி மதமில்லை" என்ற வாதத்தை முன்வைத்தும், மானுடம் பேணாத மதமும் இலக்கியமும் சாரமற்றதாக மடிந்து முடிந்து விடுமென்பதனையும் இந்நூலில் வலியுறுத்தியுள்ளார். ஈழத்தின் தமிழ் இலக்கியப் பரப்பிலும் யாழ்ப்பாணப் பல்கலைக்கழகத்தின் கல்விப் பாரம்பரிய வரலாற்று வளர்ச்சியிலும் மானிட மாண்பினைப் பேணிப் போற்றிய எமது பேராசிரியரின் பெயரும் புகழும் என்றுமே நிற்கும், நிலைக்கும்.

(கலாநிதி அமுது யோசவ் சந்திரகாந்தன்
இறையியல் பேராசிரியர்,
டொரன்டோ பல்கலைக்கழகம்)

13. பேராசிரியர் கா. சிவத்தம்பி: முடிவற்ற ஆய்வுத் தேடல்

கவிஞர் சேரன்

“ஆய்வு என்பது நிரந்தரமான புலமைத் தேடல். நாம் செய்யும் வேலைகள் கூடக்கூட ஆய்வு செய்யும் அவாவும் கூடிக்கொண்டே போகும். ஒரு நூலுக்கோ அல்லது ஒரு கட்டுரைக்கோ தரவுகள் சேகரிக்கப்படுவதுடன் அது நின்றுவிடுவதில்லை”

-பேராசிரியர் **கா.சிவத்தம்பி**

(இலங்கையிலிருந்து வெளியாகும் ஞானம் இதழுக்கு வழங்கிய பேட்டியில்)

1

பேராசிரியர் சிவத்தம்பி அவர்களிடம் தமிழையோ அல்லது தமிழியலையோ முறையாகப் படிக்கிற வாய்ப்பு எனக்குக் கிட்டவில்லை. அவருடைய எழுத்துக்களை மிகுந்த ஆர்வத்துடனும் தீவிரமாகவும் நீண்ட காலமாக வாசித்து வந்திருக்கிறேன். யாழ்ப்பாணத்தில் இருந்த நாட்களில் பெரும்பாலும் அவருடைய எல்லா உரைகளையும் கேட்டிருக்கிறேன். பல்வேறு தரங்களிலுள்ள எழுத்தாளர்களுக்கும் அவர் பெருந்தன்மையுடனும் சில சமயங்களில் உவகையுடனும் வழங்கிய முன்னுரைகளையும் வாசித்திருக்கிறேன். பல சந்தர்ப்பங்களில் அவருடன் தீவிரமாக முரண்பட்டு வாதாடியுமிருக்கிறேன் (அவருடைய மறுமொழி: சரியடாப்பா, அதை விடு; தசை நிறைய இருக்கிற தால கனக்கக் கடிக்கலாம் எண்டு யோசிக்கிறாயாக்கும்”).

1984 - 1987 வரையான காலகட்டத்தில், யாழ்ப்பாணத்திலிருந்து வெளியாகிய Saturday Review ஆங்கில வார இதழில் பணிபுரிந்தபோது எங்கள் பணிமனைக்கு அருகில் இருந்த அகதிகள் புனர்வாழ்வுக் கழகம் (The Refugees Rehabilitation Organization -TRRO) என்னும் அமைப்புக்குப் பொறுப்பாக சில காலம் அவர் பணியாற்றியபோதும் பிற்பாடு கொழும்பில் *1990*களில் சரிநிகரில் பணியாற்றியபோதும் சிவத்தம்பியவர்களிடம் ஆழமாகப் பழகவும் அடிக்கடி ஆய்வுத்துறை சார்ந்து நீண்ட நேரம் உரையாடல்களை நிகழ்த்தவும் எனகுப் பெருவாய்ப்பு கிடைத்தது. எனது புலமைத் திரட்சிக்கும் ஆய்வுத்தள அனுபவ விரிவுக்கும் பேராசிரியர்

சிவத்தம்பியவர்களுடனாக இத்தகைய 'முறைசாரா' மாணவத்துவம் மிகவும் உறுதுணையாக இருந்தது. என்னைப் போல நூற்றுக் கணக்கானோர் ஈழத்திலும் தமிழகத்திலும் பிற நாடுகளிலும் அவரிட மிருந்து இவ்வாறு ஊட்டம் பெற்றனர்.

பொதுத் தளத்தில் இயங்குகிற புலமையாளர்கள் (Public Intellectuals) எல்லோருக்குமே இத்தகைய நற்பண்பு சாத்தியமாகியுள்ளதா என்று எண்ணத் தோன்றினாலும், சமூக நீதி, கோட்பாடு சார்ந்த கடப்பாடு, பொதுமக்கள் நலன் போன்றவற்றைத் தமது வாழ்வியலாகப் பேணுபவர்களுக்கு இப்பண்பு தவிர்க்க முடியாததாகும் என்று நான் கருதுகிறேன். பொதுத் தளத்திலும் பொதுமக்கள் தளத்திலும் இடையறாமல் இயங்கி வந்த புலமையாளர் அல்லது அறிவுசீவி என்ற வகையில் சிவத்தம்பி அவர்களை அளவற்று நேசிப்பவர்களும் இருந்தனர்; காழ்ப்புணர்வுடன் வெறுத்தவர்களும் இருந்தனர். பொதுமக்கள் தளத்தில் இயங்குகிற புலமையாளர்கள் அனைவருக்குமே இத்தகைய நிலை ஏற்படுவது தவிர்க்க முடியாத ஒன்றுதான். எனினும், தமக்கான ஆதரவையும் எதிர்ப்பையும் நம்மீதான விருப்பையும் வெறுப்பையும் மட்டுமே கவனத்தில் எடுத்து எவரையும் அவர் வெறுத்தது கிடையாது. பெருங் காற்றை நிதானமாக எதிர்கொள்கிற நூற்றாண்டுப் பழமை வாய்ந்த பெருமரம் போல அளவற்ற பொறுமையும் நிதானமும் அவருக்குரிய இயல்பாக இருந்தது. சீற்றமும் சினமும் தனிப்பட்ட உரையாடல்களில் அவரிடமிருந்து வெளிப்படும் ஆயினும் அவை அந்தரங்கமானவை. அவை பொது மேடைக்குரியவை அல்ல.

யாழ்ப்பாணம் பிரஜைகள் குழு (1985), அகதிகள் புனர்வாழ்வுக் கழகம் (1986-1989) போர் நிறுத்தக் கண்காணிப்புக் குழு (1985-1986) ஆகியவற்றில் அவர் பணியாற்றிய காலங்கள் அவருக்கு மிகப் பெரும் சவாலாகவும் சங்கடங்களைத் தொடர்ந்து தருவதாகவும் அச்சுறுத்தல்கள் நிறைந்ததாகவும் இருந்தவையாகும். 1985-1987 காலகட்டத்தில் அகதிகள் புனர்வாழ்வுக் கழகம் பல நெருக்கடிகளைச் சந்திக்கவேண்டியிருந்தது. ஏராளமான வெளிநாட்டுப் பணம் அகதிகள் புனர்வாழ்வுக் கழகத்துக்கு வந்து குவிகிறது என்னும் பிழையான படிமமொன்று அப்போது கோலோச்சிய நமது எல்லாத் தமிழ் இயக்கங்களிடமும் இப்போது தீவரமாக இருந்தது. எவ்வகையிலாயினும் அகதிகள் புனர் வாழ்வுக் கழகத்தை அல்லது அதன் வளங்களைச் சூறையாடிவிட வேண்டும் எனும் வேட்கையும் அவற்றில் பலவுக்கு இருந்தன. தமிழ் இயக்கங்களின் இத்தகைய நெருக்கடிகளுக்கு முகம்கொடுப்பது கத்தியின் மீது நடப்பது போன்றதாகும். உண்மையில் அகதிகள் புனர்வாழ்வுக்

கழகம் நிதிவளம் மிகுந்ததாக எப்போதுமே இருந்ததில்லை. அகதிகள் புனர்வாழ்வுக் கழகமும், Saturday Review நிறுவனமும் லண்டனில் வாழ்ந்து வந்த கந்தசாமி அவர்களின் மிகவும் அர்ப்பணிப்பும், தீவிர உழைப்பும் வாய்ந்த முயற்சியால் இயங்கிவந்தவை. லண்டனில் புலம் பெயர்ந்து வாழ்ந்து வந்த சில ஈழத்தமிழ்ப் புரவலர்களும், இங்கிலாந்து, ஒல்லாந்து நாடுகளின் சில சமூகநீதி நிறுவனங்களும் இந்த இரு நிறுவனங்களுக்கும் உதவிகளை வழங்கி வந்தனர். இலங்கை அரசின் நெருக்கடிகள் ஒரு புறமும் நமது இயக்கங்களின் பேராசை இன்னொரு புறமுமாகப் பொது நிறுவனங்களை வருத்திய காலங்கள் அவை. இந்த இரண்டு நிறுவனங்களோடும் நெருக்கமாக இருந்தவன் என்ற வகையில், சிவத்தம்பி அவர்களின் நுட்பமான பணி பற்றியும் அவர் எதிர்கொண்ட சிக்கல்கள், உயிராபத்து பற்றியும் விவரமாகவே எனக்குத் தெரிந்திருந்தது. வெளியே தெரியவராத அவருடைய முகம் இது. பிற்பாடு, சிவத்தம்பி அவர்களால்கூட கந்தசாமி அவர்களைக் காப்பாற்ற முடியவில்லை. இலங்கை இந்திய ஒப்பந்தத்திற்குப் பிற்பாடு (ஜூலை 1987) யாழ்ப்பாணம் திரும்பிய அவரை ஈழப்புரட்சி அமைப்பினர் (EROS) கடத்திச்சென்று கொன்றுவிட்டனர். அகதிகள் புனர்வாழ்வுக் கழகத்தின் களப் பணியாளர்களில் ஒருவராகப் பணியாற்றிய தருமலிங்கத்தை விடுதலைப் புலிகள் கடத்திச் சென்று கொன்றுவிட்டனர். புனர் வாழ்வுக் கழகம், Saturday Review, மனித உரிமைகள் இல்லம் (Home for Human Rights - HHR) ஆகியவற்றின் பணிகளுக்குத் தீவிரமாக உதவி செய்து வந்த குகமூர்த்தி இலங்கை அரச படைகளாலும் ஈழமக்கள் ஜனநாயகக் கட்சி (EPDP) யாலும் கடத்திச் செல்லப்பட்டுக் கொல்லப்பட்டார். இவர்கள் அனைவருமே சிவத்தம்பியவர்களுக்கு மிகவும் நெருங்கியவர்கள் எனினும் தனது கையறு நிலையை எண்ணிக் கண்ணீர் வடித்தமையையே அவரால் செய்யக்கூடியதாக இருந்தது (என்னாலும் அதுதான் முடிந்தது).

சிவத்தம்பியவர்களின் மனதுக்கு நெருக்கமான செல்வச் சந்நிதி கோவிலில் எறிகணை விழுந்தமை தொடர்பாக எழுந்த சிக்கலால் போர் நிறுத்தக் கண்காணிப்புக் குழுவில் உறுப்பினராக இருந்தபோது விடுதலைப் புலிகளின் கடுங்கோபத்துக்கு அவர் ஆளாகியிருந்தார். இருதரப்பினரதும் மீறல்களைப் பற்றிப் பேசுவதும் மீறல்களைப் பற்றி விசாரணை செய்து அறிக்கை இடுவதும் கண்காணிப்புக் குழுவின் பணியாக இருந்தது. குழுவில் இலங்கை அரசின் சட்ட மா அதிபரும் இருந்தார். அரசுக்கு சார்பான நிலைப்பாடுகளையே அவர் எடுத்து வந்தார். மறுபுறம், நியாயமாகவும் நடுநிலைமையாகவும் பணிபுரிந்தால் வருகிற சங்கடங்களை விடுதலைப் புலிகள் புரிந்துகொள்ளத் தயாராக

இருக்கவில்லை. எவ்வகையான கண்டனங்களையோ அல்லது விமர்சனங்களையோ ஏற்றுக்கொள்ளத் தயாராக இல்லாத விடுதலைப் புலிகள் அமைப்பு சிவத்தம்பி அவர்கள் மீது சீற்றம் கொண்டதில் வியப்பேதும் இல்லை. 1986இன் பிற்பகுதியில் அவர் போர் நிறுத்தக் கண்காணிப்புக் குழுவில் இருந்து விலகிவிட்டார். அவருடைய விலகல் கடிதம் ஒரு முக்கியமான ஆவணமாகும்.

சிவத்தம்பி அவர்களின் சொற்களிலேயே சொல்வதானால் அவருடைய "விசேட ஆய்வுத்துறைகள் நான்காகும். 1. தமிழரின் சமூக இலக்கிய வரலாறு. 2. தமிழரிடையே பண்பாடும் தொடர்பாடலும். 3. தமிழ் நாடகம். 4. இலக்கிய விமர்சனம்."

தமிழிலும் தமிழ் இலக்கியத்திலும் அவருக்கிருந்த தீவிர ஈடுபாடும் வேட்கையும்தான் மெல்ல மெல்ல அவரை தமிழ்ச் சமூகம், பண்பாடு, சமூக வரலாறு, மரபும் மானுடமும் போன்ற துறைகளுக்கு இழுத்து வந்தது, தமிழ் இலக்கியத்தை மெல்ல மெல்ல விட்டுவிட்டுச் சமூகவியல், மானுடவியல், கருத்தியல் போன்ற பிற அறிவுத் துறை களுக்கு அவர் சிறப்பிடம் வழங்கத் துவங்கிவிட்டார் என்ற குற்றச் சாட்டை அவரது நண்பர்கள் சிவர் முன் வைத்தது உண்மைதான். எனினும், இந்தக் குற்றச்சாட்டு அவருக்கு முற்று முழுதாகப் பொருந்தாது. தமிழ் அறிவுச் சூழலின் வறுமையும் நோய்க் கூறுகளுந்தான் சிவத்தம்பி அவர்களை இத்தகைய பல்துறைப் புலமையாளராகவும் பின்னர் அறிஞராகவும் மாற்றியது என்பதை நாங்கள் புரிந்துகொள்வது பயன்தரும். அந்த வகையில்தான் தமிழ், தமிழ் இலக்கியம், இலக்கிய வரலாறு போன்றவற்றையும் உள்ளடக்கிய "தமிழியல்" என்ற விரிவான ஆழமான, பல்துறைப் பரிமாணம் கொண்ட புலமை நெறிக்குச் செழுமையும் ஊட்டமும் வண்ணமும் வனப்பும் தந்த ஒருவராக அவர் பரிணாமம் பெறுகிறார்.

பிரித்தானியாவின் Centre for Contemporary Cultural Studies (CCS) நிறுவனத்தினதும் பண்பாட்டியல் கற்கைகள் (cultural studies) துறை யினதும் மூலவராக விளங்கிய ஸ்வேர்ட் ஹோல் (Stewart Hall) ஆங்கிலப் பேராசிரியராக இருந்து சமூகவியல் பேராசிரியராக மாறியவர். இலக்கியத்தில் துவங்கி சமூக விமர்சனம், ஊடகத் துறைக்கும் சமூகங் களுக்குமிடையேயான உறவுகள், ஊடாட்டங்கள் பற்றி ஆய்வு செய்தவர், பல்துறை சார்ந்த ஆய்வணுகுமுறைகளை (multidisciplinary approach) சிறப்பாகப் பயன்படுத்தியவர். Stewart Hall இன் அணுகுமுறைகளும் ஆய்வு முறைமையும் சிவத்தம்பி அவர்களை வசீகரித்ததில் எவ்வித

ஆச்சரியமும் இல்லை. இத்தகைய மரபோடு சிவத்தம்பி அவர்களை நாம் இனங்காண முடியும். மார்க்சியச் சிந்தனைத் தடத்தையும் ஆய்வுப் பள்ளியையும் துவக்கத்தில் இறுக்கமாக வரித்திருந்தாலும், பிற்பாடு பல்வேறு தளங்களிலும் நெகிழ்வை வெளிப்படுத்தியவர் சிவத்தம்பி அவர்கள். அத்தகைய நெகிழ்வுகள் குறித்துத் தனது நேர்காணல் களிலும் பின்னரெழுதிய கட்டுரைகளிலும் குறிப்பிட்டிருக்கிறார். சமூக அக்கறையும் அதன் வழியாக மேலெழும் சமூக மாற்றத்துக்கான தேவையும் அத்தேவையை நிறைவேற்றுவதற்கான வழியாகப் போராட்டமும் தவிர்க்க முடியாதது என்பதும் அத்தகைய போராட்டத்தில் கலைகள், இலக்கியம், அறிவுத்துறைகள் போன்ற அனைத்தும் பங்கெடுக்க வேண்டும் என்கிற மார்க்சிய அடிப்படை விழுமியத்தை அவர் இறுதிவரை பேணினார். இத்தகை பல்வேறு துறைகளினதும் பங்களிப்பு எப்படி இருக்க வேண்டும்? இவற்றுக்கு இடையேயான முரண்பாடுகள் இல்லையா? அவற்றை எந்த நேரத்தில் முதன்மைப்படுத்துவது? இத்தகைய முதன்மைப்படுத்தல் சாத்தியமா? இனத்துவம், சாதியம், பாலினம் சார்ந்த ஒடுக்குமுறைகளுக்கும் வர்க்க ஒடுக்குமுறைகளுக்கும் எதிராக பொதுவான கூட்டு முன்னணி சாத்தியமா? போன்ற கேள்வி களைத் தீவிர விவாதத்துக்கு விட்டுவிட வேண்டும் என்பதும் அவரது நிலைப்பாடாக இருந்தது.

அவரது காலத்தில் வாழ்ந்து அவருக்கு முன்பே மறைந்து விட்ட பல ஈழப்புலமையாளர்கள், இடதுசாரிச் செயற்பாட்டாளர்களுக்குக் கிடைக்காத ஒரு வாய்ப்பு அவருக்குக் கிடைத்தது. கடந்த கால அரசியல், சமூக வாழ்வை இன்றைய முதிர்ச்சி நிலையிலிருந்து காய்தல், உவத்தல் இன்றி மீள்பார்வை செய்ய முடிந்தமைதான் அது.

சிவத்தம்பி அவர்களின் பல கட்டுரைகளும், உரைகளும் "பிராரம்ப உசாவல்" களாகவும் "குறிப்புக்கள்" என்பதாகவும், "கேள்விகள்", "முன்னோட்டங்கள்" என்பதாகவும் இருப்பதை நாங்கள் அவதானிக் கலாம். இத்தகைய கட்டுரைகள் எமக்கு மிகவும் முக்கியமானவை. கோட்பாடு சார்ந்தும் பல்துறை ஆய்வுக் கோணம் சார்ந்தும் இத்தகைய கட்டுரைகளில் அவர் புதிய சிந்தனைகளையும் புதிய கேள்விகளையும் எழுப்புகிறார். ஆனால், அவை குறித்து விரிவாக ஆய்வுசெய்ய அவருக்கு அவகாசம் இருந்ததில்லை. நமக்கும் நமது புதிய தலைமுறை ஆய்வாளர் களுக்கும் அவர் விட்டுச்சென்றுள்ள சீரிய ஆய்வுத் தடங்களாகவே நாம் இவற்றைப் பார்க்க வேண்டும். அவர் எழுப்பியுள்ள கேள்வி களையும் கோட்பாட்டுச் சவால்களையும் நாம் இன்னும் ஆழமாகவும் விரிவாகவும் தொடரவேண்டி இருக்கிறது. குறிப்பாக இலக்கிய

விமரிசனத் தளத்தில் அழகியல், கவிதையியல் தொடர்பாக அவர் சுட்டிக் காட்டியுள்ள விடயங்கள் எல்லோரதும் கவனிப்புக்கு உரியதாக வேண்டும்.

3

வரலாற்றையும், பொருளியலையும் தமிழையும் பல்கலைக் கழகத்தில் பொதுப் பட்டப் படிப்புக்காகப் படித்த சிவத்தம்பி அவர்கள் மூன்றாம் வகுப்பில்தான் சித்தி அடைந்தவர். சிறப்புப் பட்டப் படிப்பும் (special degree) அப் பட்டப் படிப்பில் முதல் வகுப்பு அல்லது உயர்தர இரண்டாம் வகுப்பு (First or Upper Second class) சித்தி பெறாதவர்கள் பல்கலைக்கழகத்தில் விரிவுரையாளர் என்ற நிலையையே கனவிலும் எண்ண முடியாது என்னும் சூழல் நிலவிய இலங்கையில் சிவத்தம்பி அவர்களின் மேதைமைக்கு இலங்கைப் பல்கலைக்கழகங்கள்தான் முற்று முழுதான காரணம் என்றும் எவரும் வாதாட முடியாது. அப் பல்கலைக்கழகங்களின் சில துறைகளில் நிலவிய பேதைமை ஒரு வேளை, அவருடைய மேதைமைக்குப் பங்களித்திருக்க முடியும். பட்டங்களையும் பதவியையும் ஆடம்பரங்களையும் ஒப்பனைகளையும் அவர் ஒருபோதும் மதித்தது கிடையாது. "கலாநிதி. சிவத்தம்பி" என்றோ அல்லது "சிவத்தம்பி பிஎச்.டி" என்றோ அவர் ஒருபோதும் கையெழுத் திட்டது கிடையாது. தன்னடக்கமும் பணிவும் மேதைமையும் ஒன்றாக இருப்பது விதிவிலக்கு. சிவத்தம்பி அவர்கள் அத்தகைய விதிவிலக்கு களில் ஒன்றாகச் திகழ்ந்தவர். யாழ்ப்பாணப் பல்கலைக்கழகத்தில் அவர் பணியாற்றிய காலங்களில் அவரது ஆளுமைக்கும் மேதமைக்கும் உரிய மதிப்பை அப் பல்கலைக்கழகம் வழங்கவில்லை. அதற்கான காரணம், பல்கலைக்கழக விரிவுரையாளர்களோ மாணவர்களோ அல்ல. அப் பல்கலைக்கழக ஆளுநர். அவை மிக நெடுங்காலமாகவே யாழ்ப்பாண மேலோங்கிகள், பழமைவாதிகள், "சிவாகம ஞானபானுக்கள்", போன்றோரின் பிடியில் இருந்தது. பொன்னம்பலம் இராமநாதனைத் திருவுருவாகப் போற்றி வழிபடுகிற ஒரு மரபு அது. அந்த மரபுக்கு எதிரான கலகக் குரலான சிவத்தம்பி அவர்களை யாழ்ப்பாணப் பல்கலைக்கழகம் எப்படித் தாங்கியிருக்க முடியும்?

1965ஆம் ஆண்டு அவருடைய தந்தை காலமானபோது வெளியிடப் பட்ட நினைவு மலரில் மகாகவியிடமிருந்து கவிதையொன்றை வாங்கிப் பிரசுரித்திருந்தார் சிவத்தம்பி அவர்கள்.

"அன்று பிறந்து இன்று இறப்பதுள்
ஆயதன்று நம் மானிட வாழ்வுகாண்
அப்பனே மகனாகி வளர்ந்து
உயிர் ஓய்தல் அற்று
உயாவு ஒன்றினை
நாடலே உண்மை என்பதுணர்க, கலங்கலீர்"

என்று முடிகிறது அந்தக் கவிதை. அந்த வரிகள்தான் பிற்பாடு மகாகவியின் "ஒரு சாதாரண மனிதனது சரித்திரம்" என்னும் புகழ் வாய்ந்த காவியத்துக்கு அடிக்கல்லாயிற்று.

*1984*இல் சிவத்தம்பி அவர்களின் சகலனும், சகலனின் புதல்வரும் கொழும்பிலிருந்து யாழ்ப்பாணம் திரும்புகையில் வாகன விபத்தில் உயிரிழக்க நேரிட்டது. பயங்கரமான விபத்து அது. சிவத்தம்பி அவர்களின் குடும்பம், உற்றம், சுற்றம் எல்லாவற்றையுமே ஆழமாகப் பாதித்த விபத்து அது, இறந்தவர்களுடைய நினைவு மலரில் வெளியிடுவதற்காக சிவத்தம்பியவர்கள் கேட்டுக்கொண்டபடி நான் கொடுத்த கவிதைதான் யமன்.

"மரணம்
காரணம் அற்றது, நியாயம் அற்றது
கோட்பாடுகளும் விழுமியங்களும்
அவ்வவ்விடத்தே உறைந்து போக
முடிவிலா அமைதி"

என்ற வரிகள் அக்கவிதையில் வருகின்றன. இந்த வரிகளைவிட இறப்பைப் பற்றிச் சொல்ல வேறென்ன சிறப்பு உள்ளது?

14. பேராசிரியர் கலாநிதி கார்த்திகேசு சிவத்தம்பியின் தமிழின் கவிதையியல் - ஆய்வுப் பரிமாணம்

பேராசிரியர் பெ.மாதையன்

பேராசிரியர் கலாநிதி கார்த்திகேசு சிவத்தம்பியின் ஆய்வுப் பரிமாணங்களின் பாரிய நிலையாக இருப்பது சங்க காலந்தொட்டு இக்காலம் வரையிலான எல்லாத் துறைகளின் எல்லாப் பரப்புகளின் ஒட்டுமொத்தமுமாக அமைந்து பரந்து நிற்கும் அவரின் ஆய்வுகளே. இதனால்தான் தமிழாய்வுலக வரலாற்றில் இதுவரையில் வேறு எந்த ஆய்வாளனும் சாதித்திராத ஆளுமைகளின் ஒட்டுமொத்தமாக அவர் விளங்குகின்றார். அவரின் இல்லாமையை ஈடுசெய்யும் இருப்பு இனித் தமிழ்ச் சமூகத்திற்கு என்றுமே வாய்க்கப்போவதில்லை. உலகமே போற்றுகின்ற மிகப் பெரிய ஆய்வாளனாக இருந்தும் எந்தவிதமான மேல்நோக்கு மனப்பாங்கும் இல்லாமல் மாணவர்கள் தொட்டுப் பேராசிரியர்கள் வரையில் அனைவரிடமும் அன்பு காட்டி அரவணைத்துச் சென்ற மனிதாபிமான ஆய்வாளராக என்றுமே அவர் இருந்து வந்துள்ளார். அவரின் இந்த எளிமைதான் அவருக்கான தமிழ்ச் சமூக இயங்குதளத்தைத் தமிழகத்தின் வேறு எந்தப் பேராசிரியருக்கும் இல்லாத அளவுக்குப் பேரளவில் பெற்றுத்தந்துள்ளது. இலங்கை மண்ணுக்கே உரிய காத்திரமான ஆய்வுகள் தமிழகத்திலேயும் உருவாகக் காரணமானவர்களின் க.கைலாசபதியைத் தொடர்ந்து உரிய இடத்தை வகிப்பவர் பேராசிரியர் கா.சிவத்தம்பியே ஆவார். அவர்தம் ஆய்வுகளின் வெளியீடுகள் தமிழ் இளம் ஆய்வாளர்களிடையே மிகப் பெரிய வரவேற்பைப் பெற்றுள்ளது. இந்நிலையில் இன்று இளம் ஆய்வாளர்கள் பேராசிரியரின் வாரிசுகள் நாங்கள் என்று சொல்லிக்கொள்ளும் நிலை தமிழகத்தில் உருவாகியுள்ளது. இந்தச் சூழலில் அவர் நம்மை விட்டுப் பிரிந்திருப்பது ஆற்ற இயலாத பெருந்துயரத்தை நம்முன் ஏற்படுத்தியிருந்தாலும் அந்தத் துயர மாற்றத்திற்காக நாம் செய்யவேண்டியவை அவரின் ஆய்வுத்தடத்தின் பல்வேறுபட்ட பரிமாணங்களையும் மாணவர்களிடையே பரப்பி "பேராசிரியர் கா. சிவத்தம்பி சிந்தனைப் பள்ளி" என்பதொன்று உருவாக வழி வகுப்பதே ஆகும். ஆய்வாளர்கள் இடையேயான தமிழியல் ஆய்வுகள் நீர்த்துப்போய் வருகின்ற இன்றைய சூழலில் இவர்போன்ற அறிஞர்களின் ஆய்வுகளை அடிப்படையாகக் கொண்டு ஆய்வியல் நெறிமுறைகளை எல்லாம் வடித்தெடுத்து எதிர்

காலச் சந்ததியினருக்கும் பயன்படும் வகையில் ஆவணப்படுத்த வேண்டிய கடமையும் பொறுப்பும் இன்றைய பேராசிரியர்களுக்கு உண்டு. இதற்கான செய்கைகளை இனி முழுமூச்சுடன் மேற்கொள்ள வேண்டியது மிகமிக அவசியம். இந்த நிலையில் பேராசிரியரின் "தமிழின் கவிதையியல்" என்ற நூலில் கவிதையியல் பற்றி அமைத்துள்ள சில அடிப்படை அணுகுமுறைகளை முன்வைப்பதே இந்த ஆய்வின் நோக்கமாக உள்ளது.

தமிழ்க் கவிதையியல்

தமிழின் கவிதையியல் பற்றிய ஆய்வுகள் பல நூற்றாண்டுகளுக்கு முன்னர் தொல்காப்பியச் செய்யுளியலிலேயே தொடங்கப்பட்டு விட்டது என்றாலும் இதன் தொடர்ச்சி பெரிதாக இல்லை. அணி யிலக்கணங்கள் கவிதைகளின் அலங்காரத் தன்மைகளாகக் கருத்துகளின் எடுத்துரைப்பு முறைகளைச் சுட்டியிருந்தாலும் அவை கவிதைக்கான அணிகளாக மட்டுமே கருதப்பட்டிருந்தன. ஆனால், இந்த அணிகள் பற்றிய ஆய்வுகள் வந்த அளவிற்குத் தமிழின் ஒவ்வொரு காலகட்ட இலக்கியத்தின் கவிதையியல் குறித்த ஆய்வுகள் வெளிவரவில்லை. இதற்கான வழிமுறைகளும் பரவலாக மேற்கொள்ளப்படவில்லை. கவிதையியல் என்பதற்கான அறிமுகம்கூட கல்லூரி, பல்கலைக்கழகப் பாடங்களின் ஒரு பகுதியாக உரிய முறையில் சேர்க்கப்படவில்லை.

பத்துப்பாட்டாராய்ச்சி, முல்லைப் பாட்டாராய்ச்சி என்பன போன்ற ஆய்வுகள் அவற்றின் கவிதையியல் பற்றிய ஆய்வுகளாகவே உருவாக்கம் பெற்றுள்ளன. இந்த வகையிலான ஆய்வுகள் வளராத சூழலில் பேராசிரியர் கா.சிவத்தம்பி சங்க இலக்கியம் கவிதையியல் நோக்கு 'சிந்தனைப் பின்புல மதிப்பீடு எனும் தலைப்பில் நிகழ்த்திய கருத்தரங்கில் வாசித்தளித்த "பத்துப்பாட்டின் கவிதையியல்" எனும் ஆய்வுரை சங்க இலக்கிய ஆய்வில் ஒரு புதிய பரிமாணத்தை ஏற்படுத்தியது. இதன் பின்னர் கவிதையியல் பற்றிய ஆய்வுகள் முக்கியத்துவம் பெறத் தலைப்பட்டன. இவர்தம் ஆய்வு மாணவி அம்மன்கிளி முருகதாஸ் நிகழ்த்திய சங்கக் கவிதையாக்கம் மரபும் மாற்றமும் எனும் தலைப்பிலான கலாநிதிப் பட்ட ஆய்வேடு நூலாக வெளிவந்துள்ளது. சங்கக் கவிதை யாக்கத்தில் ஏற்பட்ட மாற்றங்களைச் சமூக மாற்றத்தோடு இணைத்து ஆராய்ந்துள்ள இந்த ஆய்வேடு, பேராசிரியர் கா.சிவத்தம்பியின் வழி காட்டுதலோடு வெளிவந்த சங்கக் கவிதையியல் ஆய்வாக அமைந்துள்ளது. 1999இல் வெளிவந்த "பத்துப்பாட்டின் கவிதையியல்" என்ற ஆய்வுரை தனித்தன்மை வாய்ந்ததொரு ஆய்வாக அமைந்து சமூக மாற்றம், குறிப்பாக அரசு உருவாக்கம் எப்படிக் கவிதையியலில் பெரிய மாற்றங் களை ஏற்படுத்தியுள்ளது என்பதை முன்வைப்பதாக அமைந்துள்ளது.

"பத்துப்பாட்டினுள் இடம்பெறும் முல்லைப்பாட்டு, நெடு நல்வாடை, பட்டினப்பாலை ஆகிய பாடல்களில் அகத்திணை, புறத்திணை இயைக்கப்பட்டுள்ள முறையில் நியமமான திணை, துறை மரபில் இல்லாத ஒரு நெகிழ்ச்சியை அவதானிக்கலாம். முதலாவதாகத் திணைமரபைப் பிரக்ஞைபூர்வமாகப் புறங்காணும் முயற்சியாகும். பட்டினப்பாலையில் இப்பண்பு காணப்படுகிறது. முற்றிலும் புறத் திணைக்குரிய ஒரு பாடாண் பாடல் கற்பனை சேர்த்த ஓர்உத்தி முறைமையால் வேண்டுமென்றே அகத்திணை ஆக்கப்படுகின்றது" *(1999: 73)* எனும் அவர் கருத்து சங்க இலக்கிய ஆய்வில் ஒரு புதிய வழித்தடத்தை ஏற்படுத்தியுள்ளது. சங்கக் கவிதையாக்கத்தின் அரசியல் பின்புலத்தை முன்னிறுத்தியுள்ளது. இந்த மரபில் நின்று தமிழ்ச் சமுதாயத்தின் ஒட்டுமொத்த கவிதையியலையும் காணும் ஒரு முயற்சியின் விளைவாகச் சென்னைப் பல்கலைக்கழக இலக்கியத் துறையில் மாணவர்களுக்காக நிகழ்த்தப்பெற்ற ஆய்வுப்பொழிவுகளின் அச்சுவடிவமே தமிழின் கவிதையியல் எனும் நூல். இது தமிழுக்குக் கிடைத்துள்ள ஒரு வரலாற்றியல் நோக்கிலான கவிதையியல் பார்வையாக அமைந்து பல்வேறு கவிதையியல் ஆய்வுகளுக்கும் வழிவகுப்பதாக அமைந்துள்ளது.

தமிழின் கவிதையியல்

"இந்தச் சொற்பொழிவுத் தொடரிற் காட்ட விரும்புவது தமிழ்க் கவிதையின் தொடர்ச்சியையும் அதன் பொருளையும் அதேவேளையில் அவற்றுக்கு ஊடே காணப்படும் உணர்வுச் செவ்வி வேறுபாடுகளையு மேயாகும்" *(2007: 59)*

எனக் குறிப்பிட்டிருப்பதைப் போல தமிழின் கவிதையியல் போக்கு சமுதாய வரலாற்று அடிப்படையில் இந்நூலில் விவரிக்கப்பட்டுள்ளது.

கவிதையியலுக்கான காலப்பகுப்பு

கவிதையியலுக்கு 2007இல் குமரன் பதிப்பக வெளியீடாக வெளி வந்துள்ள இந்த நூல் தமிழியல் ஆய்வுக்கான ஒரு புதிய பாதையைக் கட்டமைத்துள்ளது. 1. தொல்காப்பியத் துணையின்றி சங்கப் பாடல்கள், 2. தொல்காப்பியம் சுட்டும் இலக்கிய ஆக்கக் கொள்கைகள், 3. சங்கப்பின் பாடல் மரபு, 4. பாட்டியல் மரபிற் பாரிய மாற்றங்கள், 5. தமிழ்க் கவிதைப் பாய்வின் திருப்புமுனைகள், 6. கட்புல, செவிப்புல ஊடகங்களில் தமிழ்க் கவிதை, 7. நிகழ்த்தா நிறைவுரை எனும் ஏழு தலைப்புகளில் தமிழின் கவிதையியல் வரலாற்றை ஆராய்ந்துள்ளது. இந்த ஆய்வு கவிதையியல் பற்றிய ஆய்வுக்கானதொரு முன்வரைவாக அமைந்து

காலவரன் முறையிலான கவிதையியல் ஆய்வாகவும் அமைந்துள்ளது. 1 கி.மு. 200 - கி.பி. 600, 2, கி.பி. 600 - 1260 (பல்லவர்-பாண்டிய சோழப் பெருமன்னர் காலம்), 3. 1260 - 1370 (சோழர் விஜயநகரப் பேரரசு காலம்), 4. 1370-1565 (ஹம்பியின் நேரடி ஆட்சிக் காலம்), 5. 1565-1761 (நாயக்கர் தனிஆட்சி, காலனித்துவ ஆட்சி நிறுவப்பட்ட காலம்), 6. 1761 - 1802 (முஸ்லிம், விஜயநகர, நாயக்கர் ஆட்சிக் காலமும் காலனித்துவ மேலாண்மைக் காலமும்), 7. 18ஆம் நூற்றாண்டு முதல் (பிரித்தானிய ஆட்சிக்காலம்), 8. 20ஆம் நூற்றாண்டு நடுப்பகுதி முதல் பின் காலனித்துவக் காலம் வரையில் எனத் தமிழ் இலக்கிய காலம் கவிதையியல் வேறுபாட்டு நோக்கில் பாகுபடுத்திக்கொள்ளப்பட்டுள்ளது.

சங்க இலக்கியங்கள் பொத்தாம்பொதுவாகப் பார்க்கப்பட்ட மரபுகள் கே. என். சிவராஜபிள்ளை, எஸ். வையாபுரிப் பிள்ளை போன்ற அறிஞர்களால் மாற்றம் பெற்றது. முன்பழந்தமிழ், பின்பழந்தமிழ் எனப் பாகுபடுத்திக்கொள்ளப்பட்ட இந்த கால வரையறை பின்னர் வந்த மொழியியலாளர்களால் உறுதிப்படுத்தப்பட்டது. பின்னர் வந்த கல்வெட்டியல் ஆய்வுகளும் தொல்லியல் ஆய்வுகளும் இந்தப் பாகுபாட்டின் அறிவியல்பூர்வமான தன்மையை நிலைநாட்டின. எனவே, ஒரு ஆய்வைத் தொடங்குவதற்கு முன்னர் ஆய்வின் பெரும்பரப்பைப் பல்வேறு காலப் பகுதிகளாகப் பாகுபடுத்திக்கொண்டு ஆராயவேண்டிய அவசியத்தையே இந்த ஆய்வு முதல் செய்தியாக முன் வைத்துள்ளது. காலமாற்றம் இலக்கியப் படைப்புகளிலும் வெளிப்படும் என்ற நோக்கில் காலத்திற் கேற்ப கருத்துகள் மாறுகின்றபொழுது கவிதை வடிவத்திலேயும் மாற்றங்கள் வந்துள்ள இயல்புகள், பழைய மரபின் தொடர்ச்சிகள் 'பேணப்பட்ட விதம் என்பன பற்றிய ஒரு ஆய்வுச் சுருக்கமாக இந்த ஆய்வுநூல் அமைந்துள்ளது.

சங்கக் கவிதையியலும் தொல்காப்பியமும்

கவிதையியல் பற்றிய ஆய்வின் தொடக்கமாக இவர் இலக்கிய உருவாக்கப் பின்னணிகளை வகைப்படுத்திக்கொண்டுள்ளார். 'இலக்கியப் பேணுகை மரபு' என்ற ஒன்றை அடிப்படையாகக் கொண்டு பள்ளி சம்பந்தப்பட்ட மரபு, கோயில் சம்பந்தப்பட்ட மரபு என இரண்டு வகையாகப் பாகுபடுத்திக்கொண்டு' பள்ளிசார் மரபினைச் சமண பௌத்தம் சார்ந்தவை என்றும் கோயில் மரபு சார்ந்தவற்றை அரச மரபு சார்ந்தவை என்றும் கோயில் மரபு சார்ந்தவை என்றும் இரண்டாகப் பாகுபடுத்திக்கொண்டுள்ளார். இந்த இரண்டுமே ஆதிக்கம் சார்ந்த மரபுகளாக இருப்பதை இந்த வகைப்பாட்டின் வழி பேராசிரியர் வெளிப்படுத்தியுள்ளார். சங்கக் கவிதையாக்கம் பற்றிய 1. மக்கள்

பாடல் மரபு 2. மக்கள் பாடல் மரபு வழிப்பட்ட பாணர் மரபு, 3. பாணர் மரபின் வளர்ந்த நிலையான புலவர் மரபு எனும் மூன்று கவித்துவ நிலைகளைக் குறிப்பிடப்பட்டுச் செய்யுள் மரபு பற்றிக் கூறுகையில்,

"இவை யாவுமே மறைமுகமாகப் பாணனுடைய பாடலுக்கு எதிரிடை நிலையைக் காட்டுவன போலவே உள்ளன. பாணனுடைய பாடல் 'செறுத்ததாக' இருக்காது. அவனுடய பாடல்களில் வாய்பாடு இருக்கும். இது பற்றிக் கைலாசபதி நன்கு விளக்கியுள்ளார். இப்பாடல் அப்படியானதல்ல. செறுத்த செய்யுள் - செறிவான, இறுக்கமான செய்யுளாகும். இந்தச் செறிவான செய்யுள் 'வெறுத்த கேள்வி'இன் பின்னரே வரும். அதாவது மிதமிஞ்சிய அறிவுப்பேற்றின் பின்னரே வரும். பாணனுக்கு இத்தகைய கல்வி அறிவு கிடையாது" *(2007: 42}*

எனக் கூறிச் சங்கப் பாடல்களின் மரபைச் செய்யுளாக்க மரபாகக் காட்டியுள்ளார். இதன் நீட்சியாக அமைவதே தொல்காப்பியச் செய்யுளியல் என்பதையும் விளக்கியுள்ளார். இந்த அடிப்படையில் நின்று ஆசிரியம், கலி, பரிபாடல் என்பனவற்றுக்கான வேறுபாட்டையும் அவர் கூறியுள்ளார். ஆசிரியம் ஆசிரியர்களாகிய சமணர்களால் தமதாக்கிக்கொள்ளப்பட்டு அரசவைகளில் பாணர்களாலும் புலவர்களாலும் பாடப்பட்டவை என்கிறார். பரிபாடலும் கலிப்பாவும் மன்னர் அவைகளிலன்றிச் சாதாரண நிலையில் பாடப்பட்ட யாப்பு வடிவங்கள் என்கிறார்.

சங்க இலக்கியக் கவிதையாக்க மரபில், "அகநானூற்று அகப் பாடல்கள் மரபைப் புறத்திணைப் புகழ்ச்சிக்கு நுட்பமாகப் பயன் படுத்துகின்ற தன்மை காணப்படுகிறது (மேலது, 9) என்றும் "ஐங்குறு நூற்றில் அதனுடைய அமைப்பு முழுவதும் அகப்பாடல் மரபு பற்றிச் செம்மையான ஒழுங்குமுறையொன்று ஏற்பட்டுவிட்டது என்பது தெரிகிறது. அந்த அமைப்பொழுங்கு புலவர்களுடைய பிரக்ஞைக்குள் வந்துவிட்டது என்பதும் தெரிகிறது" (மேலது) எனவும் குறிப்பிட்டுக் கவிதையாக்க மரபின் இலக்கியப் பேணலைச் சுட்டுகின்றார். இயல்பான பாடல் மரபாகிய மக்கள் மரபு பின்னர் புலவர் மரபாகத் திட்டமிட்டுப் பாடப்பட்ட இலக்கிய மரபாக மாற்றம் பெறும் கவிதையியலை முன் வைத்துள்ளார். பத்துப்பாட்டின் கவிதையியலைப் பொறுத்தமட்டில் கவிதையாக்கத் தொழில்நுட்ப உத்திகள் பயன்படுத்தப்பட்டிருப்பதாகக் குறிப்பிட்டுப் பட்டினப்பாலை பற்றிக் குறிப்பிடுகையில்,

"கரிகாலனுடைய போர்களில் காணப்பட்ட வெம்மையிலும் பார்க்கக் 'கொடிய கானங்கள்', 'புகாரினும் பார்க்கக் குளிர்ந்த தோள்கள்'

எனும்பொழுது இங்கே கவித்துவம் அரசியலுக்கான ஓர் உத்தியாகவே பயன்படுத்தப்படுகிறது. இது நிச்சயமாகத் தன்னியல்பான உணர்வெழுச்சி யல்ல. இது திறமைமிக்க ஒரு புலவன் தான் பாட விரும்புகின்ற தலைவனைப் பார்த்து மிகச் சிறப்பாகப் புகழுகின்ற அறிவுநிலை சார்ந்த ஆக்கமாகும்" (மேலது, 13) எனவும் நெடுநல் வாடை பற்றிக் கூறுகையில்,

"இந்தப் பாடலைப் பார்க்கின்றபொழுது புறத்துக்குள்ளே 'அகமும்', அதே வேளையில் அகத்துக்குள்ளே 'புறமும்' ஒன்றிலிருந்து ஒன்று விடுபடமுடியாதவையாக இணைவுற நிற்பதைக் காணலாம். இந் நிலையில் மனித உணர்ச்சிகள் அகம்புறமெனப் பிரிநிலையாகக் கொள்ளப்படத்தக்கவை அல்ல என்பதான யதார்த்தம் அற்புதமான கவிதை வடிவம் பெறுகிறது" (மேலது, 14)

எனவும் குறிப்பிட்டுக் கவிதையியல் அரசியல் எனும் பின்னணியில் மாற்றம் பெற்றுள்ளதை விளக்கியுள்ளார். பத்துப்பாட்டுக் கவிதைகளின் மாற்றத்தை இலக்கிய முதிர்வு "நிலை எனக் குறிப்பிட்டுள்ளார். மேலும் மலைபடுகடாத்தில் வரும் 'விருந்திற்பாணி' எனும் சொற்றொடரைக் காட்டி மன்னர்களின் முன்னர் பாடப்படும் பாடல் என்ற கருத்துடைய அது, கூத்தராற்றுப்படை போன்ற புதிய பாடல் மரபின் தோற்றம் என்கின்றார்.

தொல்காப்பியம் சுட்டும் அக, புற இலக்கிய ஆக்கங்கள் பற்றிய வரையறைகளைக் கூறும் பேராசிரியர், தொல்காப்பியம் தனிச்செய்யுள் களாக அமைந்த சங்கப் பாடல்களின் அடிப்படையில் அமைந்த வரையறை இலக்கணம் என்பதை,

"தொல்காப்பியம் காட்டும் இலக்கிய ஆக்கச்சூழல் என்பது சங்கப் பாடல் மரபைத் தொகுத்தும் வகுத்தும் பார்ப்பது மாத்திரமல்லாமல் மிக நுண்ணிதாகச் சென்று, அவற்றோடு தொடர்புடைய பல்வேறு அமிசங்களையும் எடுத்துக்கூறி அகத்துக்கு ஒரு திட்டவட்டமான கொள்கை முடிவு உண்டு என்பதையும் புறத்துக்கான பாடல் மரபு வளர்ந்துவந்த முறையினையும் காட்டுகிறது" (மேலது, 52) என வரையறுத்துள்ளார்.

சங்கம் மருவிய காலக் கவிதையியல்

சங்கம் மருவிய கால இலக்கிய உருவாக்கம் பற்றிப் பேசுகையில், திருக்குறள், நாலடியார் போன்றவற்றின் கவிதையியல் பற்றிப் பேசுகையில்

"சமண சங்கத்தினர்... மதப் பயில்வுக்கு இந்துமத நிலையில் காணப்படுவதிலும் பார்க்க அதிகமான எழுத்தறிவு வேண்டப்பட்டு

நிற்பதனாலே அவர்கள் தங்கள் மதங்களின் உபாசக நிலையிலுள்ளவர்களுக்கு அறத்தைப் போதிக்கும் மரபு படிப்படியாக மேலோங்குகிறது. இந்த அறப்போதனைப் பாரம்பரியம் ஒரு 'இலக்கியச் சிறப்பாக்கமாக' வளர்க்கப்படுவதைக் காணலாம்" (மேலது, 66) எனக் குறிப்பிடுகின்றார்.

திருக்குறளை அடுத்து வரும் சிலப்பதிகாரம் பற்றிக் குறிப்பிடுகையில் இது தொடர்நிலைச் செய்யுளாக அமைந்து கதையினை எடுத்துக்கூறும் இயல்புடையதாக அமைந்து, தமிழிலக்கிய வரலாற்றில் முக்கியத்துவம் பெறும் தனித்தன்மை வாய்ந்த கவிதையியலாகப் புத்தாக்கம் பெற்றுள்ளது என்கின்றார்.

பக்திக்காலக் கவிதையியல்

ஆழ்வார்களும் நாயன்மார்களும் பாடியுள்ள பாடல்கள், பாடுபவர் தாம் வழிபடும் தெய்வத்துடன் கொண்டுள்ள ஆள்நிலை உறவு நிலையின என்கின்றார். அதாவது தனிமனிதன் தனிமனிதனோடு கொண்டுள்ள உறவை தெய்வத்துடனான உறவாகக் கருதுவதே அது. தெய்வம் தனக்கு ஆளாக வந்து உதவும் என்ற மனநிலையின் வெளிப்பாடுகளாக அவை அமைந்துள்ள நிலையில் அந்த உறவு மிகவும் அந்நியோந்நியமானதாக வெளிப்படுவதாகக் குறிப்பிட்டுள்ளார். இந்த ஆள்நிலை உறவு ஆய்ச்சியர் குரவையிலேயே முதிர்வினைப் பெற்றுவிட்டதாகவும் குறிப்பிடுகின்றார். இந்த உறவுகளில் ஒன்றான நாயகன் நாயகி பாவத்தை அகத்திணை மரபுக்குள் மட்டுமே வைத்துப் பார்க்காமல் பக்திக்குரிய மனநிலையோடு புரிந்துகொள்ளவும் வேண்டும் என்கின்றார். "ஆன்மா தன்னை மனைவியாக நிலைப்படுத்தி, தெய்வத்தைக் கணவனாக நிலைப்படுத்தும் பாவம்தான் நாயகன் - நாயகி பாவம்" (மேலது, 84) எனும் பேராசிரியர் 15, 16ஆம் நூற்றாண்டுகளில் அம்மனைத் தாயாகவும் சகோதரியாகவும் மகளாகவும் பார்க்கின்ற ஆள்நிலை உறவு மேல்நிலை அடைவதையும் சுட்டிக்காட்டியுள்ளார்.

பாட்டியல் மரபுக்காலம்

இந்தக் காலத்திய கவிதை மரபு பாவின வளர்ச்சியாகப் பிரவாகம் எடுப்பதைக் குறிப்பிட்டு கி.பி. 600 முதல் 1300 வரையிலான கட்டடக் கலை, சிற்பக்கலை வளர்ச்சியோடு இணைத்துப் பார்க்கவேண்டிய தேவையை முன் வைத்துள்ளார். பாட்டியல் நூல்களின் தகவல்களின் அடிப்படையில் பார்க்கின்றபொழுது அவற்றின் கவிதையியல் மரபு குறிப்பிட்ட சமூக மட்டத்தைச் சார்ந்ததாக இருப்பதை,

"சோழர் காலத்திற் கோயில் பண்பாட்டையே களமாகக்கொண்டு இலக்கியச் செயற்பாடுகள் அமைந்திருந்தன. 'கோயில்' என்பது

அரண்மனைக்கும் வழிபாட்டிடத்துக்குமான பொதுச்சொல்லாகும். மதநிலைப் படைப்பாக்க உந்துதல் மதுரகவி, அகலக்கவி நிலைகளி லேயே இடம்பெறும். அரசவை மரபிலேயே சித்திரக்கவி, ஆசுகவி என்பன முதன்மைபெறும். எனவே பாட்டியல் கூறும் கவிப்பயில்வு மரபு அரச, பிரபுத்துவக் குழு மட்டத்திலேயே பெரிதும் நிகழ்ந்திருத்தல் வேண்டும்" *(மேலது, 104)*

எனவும், பொருளைக்கூட உருவநிலையில் பார்க்கும் தன்மை வளர்வதாகவும் கூறிச் செய்யுளானது யாப்பு, அணி பற்றிய ஒரு விஷயமாகிவிடுகின்றது என்கிறார்.

விஜயநகர நாயக்கர் கால இலக்கிய மரபின் முக்கியக் கூறுகளாக 1. கோயிற் புராண மரபு, 2. பாரம்பரிய வாழ்க்கை நிலையில் ஏற்பட்ட சிதைவுநிலை எனும் இரண்டைக் குறிப்பிடும் அவர் பள்ளு, குறவஞ்சி போன்ற இலக்கியங்கள் ஆண் பெண் உறவில் உடற்கவர்ச்சியைப் பரவலாகப் பேசுவனவாக அமைந்து, பெண்ணழகின் ரசனைக்கான திறவுகோலாக உடல் வனப்பே பேசப்பட்டுள்ளது என்கிறார் (மேலது, 112). 16, 17ஆம் நூற்றாண்டுக் கவிதைகள் இரண்டாவது பக்தியுகக் கவிதைகளாக அமைந்து (அருணகிரிநாதர் பாடல்கள், அபிராமி அந்தாதி போன்றவை) தெய்வத்தை மனித உருவில் அருகிலிருந்து பார்க்கும் முறையிலான விவரிப்புப் பாங்கினவாக அமைந்துள்ளன என்கின்றார். இந்தக் காலத்திய கவிதையின் தனிப் பண்பாக அணி மிகுதி அல்லது வருணனை மிகுதி என்பதைக் குறிப்பிடுகின்றார். பாடப் படுபவரின் உருவமே மறைந்துபோகுமளவிற்கு ஆடை அணிகலன்கள் பேசப்படுவது இந்தக் கவிதைகளின் இயல்பாக இருப்பதைச் சான்றுகாட்டி விளக்கியுள்ளார். அடுத்ததாக வரும் சித்தர் பாடல்களைப் பற்றிப் பேசுகையில் அவற்றில் மறைஞான மெய்யியல் நோக்கு இருப்ப தாகவும் இது தாயுமானவர் பாடலில் உச்சத்தினை எட்டியிருப்பதாகவும் குறிப்பிட்டு, "அவரது கவிதையில் சித்தாந்த மெய்யியல் தெளிவு பக்தி இலக்கியத்துக்குரிய உணர்ச்சி ஆழத்துடன் காணப்படுகின்றது" (மேலது, 114) என்கிறார். மேலும் பள்ளு, குறவஞ்சி போன்ற இலக்கியங்கள் 'தரு' போன்ற பாடல் மரபுகளுக்கு இடந்தருவனவாக அமைந்து பல்லவி, அநுபல்லவி, சரணம் முறையிலான பாடல் மரபுகள் இடம்பெறத் தொடங்குவதையும் பள்ளு இலக்கியங்களில் ஏசல் மரபு இலக்கிய மரபாக இடம்பெறுவதையும் சுட்டிக் காட்டிப் பேச்சு வழக்கிற்கு அண்மையதான மொழிநடை இப்பாடல்களில் இடம்பெறு வதையும் குறிப்பிட்டுள்ளார். பின்னர் மராட்டியர் காலக் கவிதை மரபில் கீர்த்தனை முறை இடம்பெறுவதையும் கதாகாலட்சேப மரபு

தமிழுக்குள் நுழைவதையும் (இராம நாடகக் கீர்த்தனை, நந்தனார் சரித்திரக் கீர்த்தனை) காட்டிப் பாடல்களில் இசைவயப்பட்ட பாங்கு முதன்மைப் பட்டிருப்பதைக் காட்டியுள்ளார்.

பிரித்தானியர் காலக் கவிதை

பிரித்தானியர் காலத் தமிழ்க்கவிதை பற்றிப் பேசுகையில் உலகம் என்பது உயர்ந்தோர் மேற்றே எனும் நிலைப்பாடு தகர்ந்து கல்வியும் சமூகப் பிரக்ஞையும் எல்லோருக்குமானது எனும் நிலை உருவாவதைக் குறிப்பிட்டு,

"பாரதியின் மிகப்பெரிய இலக்கியச் சாதனை மேலே காட்டியபடி முற்றிலும் மாறியிருந்த தமிழ்ச் சமூகத்துக்கு, அதாவது சமூக ஏற்றத்தாழ்வு, உயர்கல்விப் பரிச்சயம், பரிச்சயமின்மை ஆகியவற்றை ஊடறுத்துத் தமிழ்மக்கள் சகலருக்கும் அவர்கள் கேட்பவர்களாயினுஞ்சரி, வாசிப்பவர்களாயினுஞ்சரி எல்லோருக்கும் கவிதையை இயைபுடைய ஒன்றாக ஆக்கியமையாகும். இவரது தமிழ்க் கவிதைக்குச் சகலரும் 'ஆட்பட்டனர்' .... மிகச் சாதாரணத் தமிழனுக்கும் விளங்கத்தக்க முறையில், அதே வேளையில் உயரிலக்கியப் பரிச்சய முள்ளவர்கள் வியந்து ரசிப்பதற்குமான கவித்துவ ஆழங்கொண்ட கவிதைகளை எழுதினார்" (மேலது, 165) எனப் பாரதியின் கவித்துவ மாண்புகளைப் பேசியுள்ளார்.

பாரதிதாசனைப் பற்றி பேசுகையில்

"பாரதிதாசன் புலனுகர்வு உணர்திறனை நிறையக் கொண்டிருந்தவர். அவருடைய கவிதைகளிலே புலன் வழிவரும் உணர் முறைமை தெரியப்படும். அவருடைய படிமங்கள் இதனை நன்கு வெளிக் கொணரும்... இந்தப் புலனுகர்வு உணர் திறன் தமிழுணர்ச்சி பற்றிய விடயங்களைப் பேசும்பொழுது அளப்பரிய ஆவேச உணர்வைத் தன்னுள் அடக்கி நிற்கும்" (மேலது, 175) எனக் குறிப்பிட்டுள்ளார். இந்தக் கவிதை மரபில் "ஆள்நிலைப் பதிற்குறி கவிதையின் பிரதான பொருள் நிலையாகிறது" (மேலது, 190) என்கிறார்.

அச்சுக்கலையின் வரவால் ஏற்பட்ட கவித்துவ நிலை பற்றிப் பேசுகையில்,

"அச்சு காரணமாக வாசிப்பில் ஒரு கண்வீச்சுக்குள் வரும் வாசிப்புப்பகுதி முக்கியமாகின்றது. புதுக்கவிதையிலும் இந்தக் கண்வீச்சளவு மிகமிக முக்கியமாகின்றது. புதுக் கவிதையில் வரும் ஒவ்வொரு வரியும், வாசிப்புக் கண் வீச்சளவும் கவிதையின் கருத்தின் கூறும் (அலகும்) இயைந்த வகையில் அமையும்" (மேலது, 190)

என்கிறார். பின்னர் சினிமா பாடல்களைப் பற்றிப் பேசுகையில்

"பட்டுக்கோட்டை, கண்ணதாசனின் சினிமா உணர்வைச் பாடல்களின் முக்கியத்துவம் கவித்துவ சனநாயகப்படுத்தியமையே யாகும்" எனவும்,

"சினிமா எனும் ஊடகத்தின் சனரஞ்சகத் தன்மை காரணமாக இத்துறைக் கவிஞர்கள் பெரிதும் போற்றப்பட்டாலும் பொதுவாகக் கொள்ளப்படுவது போன்று இவர்களைத் தமிழ்க் கவிதை மரபில் உச்சநிலையினராகக் கொள்வது முடியாத ஒன்றாகும்" (மேலது, 201) எனவும் குறிப்பிட்டுள்ளார்.

தமிழ்க் கவிதைப் பாய்வின் திருப்புமுனைகள்

சங்க காலந் தொட்டு இக்காலத் திரைப்படப் பாடல்கள் வரையிலான தமிழின் கவிதையாக்க மரபுகளைச் சமுதாயப் பின்புலத்தின் அடிப்படையிலும் வரலாற்று அடிப்படையிலும் முன்வைத்துள்ள பேராசிரியர் தமிழ்க் கவிதையின் திருப்புமுனைகளை இனங்கண்டு உரைத்துள்ள இந்த இயல் முக்கியத்துவம் வாய்ந்ததாக உள்ளது.

சங்கக் கவிதைகள் அந்தந்தக் கணநேர உணர்வின் வெளிப்பாடுகளாக அமைவதால் அவற்றைக் கணங்களின் கவிதை எனும் பேராசிரியர், இந்தக் கவிதை மரபுக்குள் வந்த பெருமாற்றம் அகமும் புறமும் இணைந்து நின்ற பத்துப்பாட்டின் கவிதையியல்தான் என்கிறார். நெடுநல்வாடை யின் தொடர்ச்சியாக, அடுத்த படிநிலை வளர்ச்சியாக எழுந்த சிலப்பதிகாரத்தின் கவிதையியலை விரிவாகப் பேசும் இவர் பாத்திர வார்ப்புடனும் வளர்ப்புடனும் தொடங்குகின்ற முதல் கவிதை மரபாக, தொடர்நிலைச் செய்யுளாக அமைந்த சிலப்பதிகாரத்தைப் பார்க்கின்றார். இளங்கோவின் இலக்கியப் படைப்பாற்றல் பற்றிப் பேசும் பேராசிரியர்,

"சிலப்பதிகாரத்தின் சித்திரிப்பினூடே தெரியவரும் இளங்கோவினது அசாதாரணமான அவதானிப்பு ஆற்றலாகும். பாத்திரச் சித்திரிப்புத் திறனுடன் இந்த அவதானிப்புச் சக்தியும் இணைகின்றபொழுது மிகமிக அற்புதமான மானுட காவியமொன்று நமக்குக் கிடைக்கிறது" (மேலது, 128) எனத் தமிழ்க் கவிதையியலின் முதல் திருப்புமுனையாகச் சிலப்பதிகாரத்தைக் காண்கிறார். இதைத் தொடர்ந்து வரும் காப்பிய மரபில் கம்பனைச் சிலப்பதிகாரக் காப்பியத்தில் தொடங்கிய தொடர்நிலைச் செய்யுளின் உச்சக்கட்ட கவிஞனாகப் பார்க்கின்றார். கம்பராமாயணம் இலக்கியங்கள் தோன்றுவதற்கான வழிகாலாக அமையவில்லை என்கிறார். இத்தோடு "அனைத்திந்திய இலக்கியப் பாரம்பரிய

மொன்றினைக் கம்பன் தமிழ்மயப்படுத்தும் நேர்த்தியாகும்" எனக் கம்பனுக்கான பிரதான இடத்தை வரையறைப்படுத்தியுள்ளார்.

ஆங்கிலக் காலனித்துவ நிர்வாகம் நிலைநிறுத்தப்படும் வரையில் புதிய திசை மாற்றம் எதுவும் ஏற்படவில்லை. அதற்கான சூழலும் இல்லை எனக் குறிப்பிடும் பேராசிரியர் 16ஆம் நூற்றாண்டின் பிற்பகுதியில் பள்ளு, குறவஞ்சி இலக்கியங்கள் புதிய வெளிப்பாட்டு முறைகளின் சான்றுகள் என்கிறார். அரசியல் துண்டாடுகை, மத வட்டத்துக்குள்ளிருந்து வெளியே வராமை, இதன் ஆதரவாளர்கள் பிரதேசப் பிரதானிகள் வட்டத்துக்கு மேற்படாமலே இருத்தல் என்பனவற்றை இவற்றின் அடித்தளங்களாகக் கூறும் பேராசிரியர், இவை அடிநிலை மக்களின் வாழ்வியல் பயணமாக அடிநிலை நகர்வாக அமைந்து சிந்து, கண்ணி போன்ற ஓசை மரபுகளின் இணைவாக அமைந்துள்ளன என்கிறார்.

சித்தர் பாடல் மரபுகளைக் குறிப்பிடுகையிலும்

"பிரசித்திபெற்ற பாம்பாட்டிச் சித்தர், அழுகுணிச் சித்தர், குதம்பைச் சித்தர் போன்றவர்கள் 15, 16ஆம் நூற்றாண்டுக் குரியவர்களாகவே கொள்ளப்படல் வேண்டும். இவர்கள் கண்ணி, சிந்து முதலிய பாக்களையே பயன்படுத்துகின்றனர். அதாவது இவர்களது பாடல்கள் மக்கள் நிலையில் வழங்கும் பாட்டு மரபுகளைப் பயன்படுத்தியுள்ளன என்பது தெரிய வருகிறது" (மேலது, 153) என்கிறார். இத்துடன் சித்தர் பாடல் சாதாரணமான விடயத்தைக் குறிப்பிடுவது போன்று மறைஞானப் பொருளைக் காட்டும் ஆழமான சிந்தனைகளின் வெளிப்பாடுகளாக அமைந்து இங்கு "மதவுணர்வு நிலையென்பது மெய்யியல் தளத்துக்குக் கொண்டுசெல்லப்படுகிறது" (மேலது, 154) எனக் குறிப்பிட்டுச் சித்தர் பாடல்கள் உளநிலைப்பட்ட ஒரு புலன் உணர்வுநிலை சார்ந்தவை என்கிறார்.

18ஆம் நூற்றாண்டில் தாயுமானவர் சித்தர் மரபையும் முதல் பக்திக் காலத்தின் ஆளோடு ஆள் கொள்கின்ற உறவுநிலை அடிப்படையில் இறைவனோடு மனிதன் கொள்ளுகின்ற ஆள்நிலைப்பட்ட உறைவையும் இணைத்துக் கவிதை புனைந்துள்ள பாங்கு புதிய கவிதைத்தடமாக அமைந்துள்ளது என்கிறார்.

பின்னர் அருணாசலக்கவிராயரும் கோபால கிருஷ்ணபாரதியாரும் புதிதான இசை வலையத்தினுள் நின்று படைத்த கீர்த்தனைகள் கவித்துவ இனிமைக்கு இராகபாவம் முக்கியமானதன் வெளிப்பாடுகள் என்கிறார். இவற்றிற்கெல்லாம் பின்னே வந்த கிறித்துவப் பாரம்பரியம் ஏற்படுத்திய மாற்றத்தை,

"சமூக அதிகாரப் படிநிலை வேறு பாடற்ற ஒருங்குகூடல் முறைமை, இறைத் தொடர்புக்கான தமிழின் பயன்பாடு, அடிநிலை மக்களின் சமூக இன்னல்களின் தீர்வுக்கான மதநிலை முயற்சிகள் ஆகியவற்றோடு இறை பற்றிய ஒரு புதிய படிமமும் ஏற்கனவே இங்குக் காணப்பட்ட ஒன்றுதான். இப்பொழுது கிறிஸ்தவத் தொடர்பு காரணமாக இறை ஒளியின் 'பிரகாசம்' வற்புறுத்தப்படுகிறது" எனக் குறிப்பிட்டுள்ளார்.

பின்னர், "இந்தப் புதிய இயைவினுள்ளே சைவத்தின் அச்சாணியமிசங்கள் சில மீள் கண்டுபிடிப்புச் செய்யப்படுகின்றன. காலனித்துவ இன்னல்களுக்கு முகங் கொடுத்துக்கொண்டிருக்கும் மக்களுக்குப் பசிநீக்கி, இறைஒளி காட்டும் ஒரு பெரும் பணியினை வள்ளலார் மேற்கொள்ளுகிறார். அவரது ஆதங்கங்களும் வேண்டுதல்களும் கருத்துருவாக்கங்களும் அற்புதமான கவிதைகளாகின்றன. பக்திக் கவித்துவப் பாரம்பரியம் புதிய எல்லைகளைத் தொட்டது" (மேலது, 157)

என வள்ளலாரின் கவிதையியல் சமுதாயக் கவிதையியலாக இருப்பதைச் சுட்டி, அதன் திசைமாற்றத்தை எடுத்துக் காட்டியுள்ளார். மனோன்மணியம் சுந்தரம்பிள்ளையின் தமிழ்த்தாய் வாழ்த்து 19ஆம் நூற்றாண்டில் தமிழ்மொழியார்வத்தின் முனைப்புறுத்தலாக அமைவதையும் சுட்டிக்காட்டி, இறுதியாக பாரதியின் கவிதைப் பாய்ச்சல் எல்லோருக்குமான கவிதையியலாக மாற்றம் பெறுவதையும் அதன் தொடர்ச்சியையும் எடுத்துக்காட்டியுள்ளார்.

இந்த ஆய்வின் புதிய பரிமாணங்கள்

1. கவிதையியல் மரபைப் பல்வேறு காலகட்டங்களாகவும் உள்வகைப்பாடுகளுடனும் வரையறுத்துக்கொண்டு வரலாற்று அடிப்படையில் பார்த்தமை.

2. சமுதாயமே கவிதைக்கான உற்பத்தித் தளம் என்பதை அடிப்படையாகக்கொண்டு சமுதாய அரசியல் பொருளாதார மாற்றங்களின் அடிப்படையில் கவிதையியலை முன்வைத்தது.

3. அரசு உருவாக்கச் சூழலில் நானில இணைவில் இயற்கையை வெல்லும் வாழ்க்கைச் சூழல்களால், நகரமயமாதலால், திணை மயக்க நிலையால் ஏற்பட்ட மாற்றங்கள் படிப்படியானவையாக வரும் நிலையில் சங்க இலக்கியங்கள் வாழ்க்கை அழுத்த மாறுதல்களின் வெளிப்பாடுகளாக இருப்பதை எடுத்துக் காட்டுதல்.

4. கவிதையியலை ஒப்பிட்டு நோக்கி இலக்கியங்களுக்கான இலக்கணங்களுக்கான காலவரையறை செய்தல் குறிப்பாகத் தொல்காப்பியத்தைத் தனிநிலைச் செய்யுட்களின் இலக்கணமாகக் கொண்டு சங்க இலக்கியமே இதற்கான தரவு என்பதைக் குறிப்பிட்டு தொல்காப்பியர் காலத்தைச் சங்கப் பிற்காலம் எனல்).

5. பா வகைகளை அடிப்படையாகக் கொண்டு தமிழ்க் கவிதை வளர்ச்சியின் பன்முகப்பாட்டை அறிந்துகொள்ள வழிவகை செய்தல்.

6. முன்னாய்வுகளை முறையாகப் பயன்கொண்டு தமிழாய்வியல் வரலாற்றில் தமிழின் கவிதையியல் வளர்ச்சியை இலக்கிய அழகியல் நிலைநின்று ஆராயும் ஆய்வு செய்யப்படவில்லை என்பதைக் குறிப்பிட்டுக் காட்டி அதற்கான வழிமுறைகளை மறைமுகமாகச் சுட்டுதல்.

7. 12ஆம் நூற்றாண்டுக்குப் பிந்தைய இலக்கண நூல்களின் வழி ஏற்பட்ட கவிதையியல் வரலாற்றை இனங்கண்டு உரைத்து, அதை இலக்கியப் பின்னணிகளோடு இணைத்துக்காட்டி அவ்விலக்கியங் களின் சமுதாய இயங்குதளத்தை முன்னிறுத்துதல்.

8. மற்ற எல்லா இலக்கியங்களைக் காட்டிலும் சிலப்பதிகாரக் கவிதையியல் பற்றிய, இளங்கோவைப் பற்றிய பல்வேறு பரிமாணங்களையும் முன்வைத்து எதிர்காலக் காப்பியக் கவிதையியல் ஆய்வுக்கு வழி காட்டியுள்ளமை.

9. இலக்கியங்களை வெறுமனே இலக்கியப் படைப்புகளாக மட்டுமே பார்க்காமல் அவற்றைச் சமுதாய ஆக்கங்களான இசைமரபு, ஓவியம், கட்டடம், சிற்பம் போன்ற நுண்கலை மரபுகளுடனும் கட்புலச் செவிப்புல ஊடகங்களுடனும் இணைத்து ஆராய வேண்டிய அவசியத்தை முன்னிலைப்படுத்துதல்,

10. "ஒரு மொழியினது கவிதையின் காலநீட்சியையும் அந்தக் கால நீட்சிக்குள் இந்த மொழிக்கவிதைகள் சித்திரிக்கவேண்டியிருந்த சமூக வேறுபாடுகளையும் மனங்கொள்ள வேண்டுவது அவசிய மாகும். இந்த மொழிக்குரிய மக்களின் பண்பாடு யார் யாரோடு எவ்வெம்முறைகளில் ஊடாடிற்று என்பதாகும். இந்த ஊடாட்டங்கள் எல்லாவற்றினதும் பெறுபேறு அல்லது பிழிவுதான் தமிழ்க் கவிதை" (மேலது, 205) எனக் கூறுவதுடன் வாய்மொழிப்பாடல், மக்கள் நிலைப் பாடல் ஆகியவற்றோடும் இணைத்தே தமிழ்க் கவிதைப் பாரம்பரியம் பார்க்கப்படவேண்டிய அவசியத்தை முன்னிறுத்துதல்

என்பன போன்ற பல்வேறு பரிமாணங்களையும் உடையதாக உள்ளது இந்த ஆய்வுநூல்.

"கபிலர் முதல் முருகையன் வரை நப்பசலையார் முதல் அம்புலி வரை தமிழ்க் கவிதை என்ற நதி வற்றாது ஓடுகிறது. தமிழை வளப் படுத்துகிறது, தமிழால் வளம் பெறுகிறது" (மேலது, ப. 203) என்று அவர் சொன்னதைப் போல், இந்தக் கவிதையியல் ஆய்வுநூல் பேராசிரியர் கார்த்திகேசு சிவத்தம்பியின் பரந்துபட்ட ஆய்வின் ஒரு தனிக்கூறாக அமைந்து, தமிழ் பெற்றுள்ள ஒரு வளமார்ந்த அறிவுப் பெட்டகமாகத் திகழ்ந்து, தமிழியல் ஆய்வுக்கு ஊற்றுக்கண்ணாக வாய்த்துள்ளது என்றே சொல்ல வேண்டும். எனவே, தமிழின் கவிதையியல் பற்றிய ஆய்வுக்கான பெரும் பாதையாக விளங்கும் இந்நூலின் வழித்தடத்திலும் வழிகாட்டுதலிலும் பல கவிதையியல் ஆய்வுகள் வெளிவருதல் வேண்டும். இந்த முயற்சியில் இளைஞர் சமுதாயம் காலடியெடுத்து வைத்துத் தமிழியல் ஆய்வை வளப்படுத்த வேண்டும்.

துணைநூல்

தமிழின் கவிதையியல், 2007. கார்த்திகேசு சிவத்தம்பி, குமரன் புத்தக இல்லம், கொழும்பு.

"பத்துப்பாட்டின் கவிதையியல்", 1999, சங்க இலக்கியம் கவிதையியல் நோக்கு சிந்தனைப் பின்புல மதிப்பீடு, ந.கடிகாசலம், ச.சிவகாமி (பதிப்பாசிரியர்), உலகத் தமிழாராய்ச்சி நிறுவனம், சென்னை, பக். 71-84.

15. தமிழ்க் கவிதையியல்:
பேரா. கா. சிவத்தம்பியின் உரையாடல்கள்

பேராசிரியர் வீ.அரசு

பேரா.கா.சிவத்தம்பி அவர்களின் புலமைத்தளச் செயல்பாட்டைப் புரிந்துகொள்ள கீழ்க்காணும் முறையில் அணுகலாம். தமிழ்ப் பேராசிரியர்கள் ச. வையாபுரிப் பிள்ளை, சு. வித்தியானந்தன், தனிநாயகம் அடிகள், தெ.பொ.மீ ஆகிய பிற அறிஞர்கள் புலமைத்தளச் செயல்பாடுகள் அவர்களது ஆசிரிய மற்றும் நிர்வாகப் பணிகள் சார்ந்து எவ்வகையில் அமைந்துள்ளன? என்ற புரிதலும் தேவைப்படுகிறது. அவ்வகைப் பேராசிரியர்கள் குறிப்பிட்ட துறையை அடிப்படையாகக் கொண்டு தொடர்ச்சியாகச் செயல்படும் வாய்ப்புப் பெறாதவர்கள். அவர்களது ஆசிரிய மற்றும் நிர்வாகப் பணிகளுக்கிடையில் கட்டுரைகள் எழுதினார்கள். முழுநூல் எழுதுவது என்பது அரிதாகவே வாய்த்தது. பேரா.ச.வையாபுரிப் பிள்ளை முழுமையாக எழுதிய நூல் ஒன்றே ஒன்று. அது 'தமிழ் இலக்கிய சரிதத்தில் காவியகாலம்' எனும் நூல், பிற அனைத்தும் கட்டுரைகளே. இந்தப் பின்புலத்தில் பேரா.கா. சிவத்தம்பி அவர்களின் செயல்பாட்டையும் புரிந்துகொள்ள வேண்டும். அவரது ஆய்வுச் செயல்பாட்டைப் பின்வரும் வகையில் தொகுத்துக் கொள்ளலாம்.

- காலநிதி ஆய்வுப்பட்டத்திற்கென, தமிழ்ச் செவ்விலக்கிய மரபில் உள்ள நாடகக் கூறுகளைக் கிரேக்க மரபு சார்ந்த நாடகக் கூறுகளோடு ஒப்பிட்டு உருவாக்கிய 'பண்டைய தமிழ்ச் சமூகத்தில் நாடகம்' எனும் நூல். இச்செயல்பாட்டிற்காகச் செவ்விலக்கியங்களை வாசிப்பிற்குட்படுத்திய பேராசிரியர், அதன் அடிப்படையில் செய்த ஆய்வுகளை வெளிப்படுத்தும் கட்டுரைகளை எழுதினார். சில பெரிதும் உலகத் தமிழ் மாநாடுகளில் (IATR) ஆங்கிலத்தில் படிக்கப்பெற்ற கட்டுரைகள். இவை இப்போது 'பண்டைத் தமிழ்ச் சமூகம் வரலாற்றுப் புரிதலை நோக்கி' எனும் பெயரில் மொழியாக்கம் செய்யப்பட்டுள்ளது. இவ்விரு ஆக்கங்களை அடிப்படையாகக் கொண்டு, பண்டைத் தமிழ்ச் சமூகத்தின் (கி.மு. 300 - கி.பி. 250) பல்வேறு கூறுகளை ஆய்வுசெய்துள்ளார். பேராசிரியரின் ஆழங்காற்பட்ட புலமைத்தள செயல்பாடாக இப்பகுதி அமைகிறது. பண்டைத் தமிழ்ச் சமூகம் குறித்த வரலாற்றைத் தொல்லியல்

மற்றும் மானிடவியல் கண்ணோட்டத்தில் புரித்துகொள்ளும் வகையில் பேராசிரியர் ஆய்வுசெய்துள்ளார். இத்துறை சார்ந்த இவரது பங்களிப்பு தமிழ்ச் சமூகத்திற்குக் கிடைத்த அரிய கொடையாகக் கூற முடியும்.

- பண்டைத் தமிழ்ச் சமூகம் குறித்து ஆய்வு செய்ததைப் போல், பேராசிரியர் முழுமையாகக் கவனத்தில் எடுத்துக்கொண்டு செயல்பட்ட பிறிதொரு துறை 'தமிழ்க் கவிதையியல்' ஆகும். *1960 - 1980* காலப் பகுதியில் தமிழ்ச் செவ்வியலக்கியம் தொடர்பான கவனக் குவிப்பில் செயல்பட்ட பேராசிரியர், *1990-2011* காலச் சூழலில் தமிழ்க் கவிதை குறித்தே விரிவான ஆய்வுகளையும் செய்துள்ளார். 'தொல்காப்பியமும் கவிதையும்', 'சங்க இலக்கியம்: கவிதையும் கருத்தும்', 'மதமும் கவிதையும்', 'தமிழின் கவிதையியல்' ஆகியவை கவிதை தொடர்பாக மேற்கொண்ட ஆய்வு நூல்கள். சில கட்டுரைகளையும் எழுதியுள்ளார். இவை அனைத்தும் கடந்த பத்தாண்டுகளில் வெளிவந்தவை. இறுதி இரண்டு நூல்கள் அவரது சொற்பொழிவுகளின் நூல் வடிவமாகும். எனவே, பேராசிரியர் தமிழ்க் கவிதையியல் தொடர்பான தீவிரமான அக்கறையோடு செயல்பட்டிருப்பதைக் காண முடிகிறது.

- 'தமிழில் இலக்கிய வரலாறு: வரலாறு எழுதியல் ஆய்வு' என்ற நூலும் யாழ்ப்பாணச் சமூகம் குறித்து எழுதியுள்ள நூலும் தவிர, பிற அனைத்தும் பெரிய அளவிலான கட்டுரைகளே. அவை தொகுப்பு களாகவும் குறு நூல்களாகவும் வெளிவந்துள்ளன. அவற்றில் இலக்கிய விமர்சனம், இலக்கியக் கோட்பாடு, புனைகதை வரலாறு, அரங்க வரலாறு, திரைப்பட வரலாறு எனப் பல் பரிமாணங்களில் கட்டுரைகள் இடம்பெற்றுள்ளன. இவற்றைப் பொருண்மை அடிப்படையில் தொகுத்து நூல் தொகுதிகளாகக் கொண்டுவரும் தேவையுள்ளது. பல்வேறு தேவைகளுக்காகப் பல்வேறு சூழலில் எழுதப்பட்ட இந்த ஆக்கங்கள் குறித்து ஒருசேரக் கூற இயலாது. பண்டைத் தமிழ்ச் சமூகம் மற்றும் தமிழ்க் கவிதையியல் என்று ஒரு குவிப்பு நிலையில் கூறுவதைப் போல் மேற்குறித்தவைகள் குறித்து குவிப்பாக முன்வைப்பது கடினம்.

- மேற்குறித்த பண்டைத் தமிழ்ச் சமூகம், தமிழ்க் கவிதையியல், தமிழ்ச் சமூகம் தொடர்பான பல்வேறு பரிமாணங்கள் என்ற வகையில் அமைவன அவரது ஆய்வுகள். இதில் ஈழப்போராட்ட வரலாறு தொடர்பான ஆக்கங்கள் இடம்பெறவில்லை. இப்பொருள் தொடர்பான கட்டுரைகள் பெரும்பகுதி ஆங்கிலத்தில் பேராசிரியர் எழுதப்பட்டிருப் பதைப் புரிந்துகொள்ள வேண்டும். தமிழில் எழுதியது மிகமிகக் குறைவே. இத்தன்மை அவரது செயல்பாட்டின் இன்னொரு பரிமாணத்தைப் புரிந்துகொள்ள உதவும்.

இந்தக் கட்டுரையில் பேரா.கா.சிவத்தம்பி அவர்களின் தமிழ்க் கவிதையியல் தொடர்பான உரையாடல்கள் குறித்து, உரையாடல் நிகழ்த்துவது நோக்கமாக அமைகிறது. அவரது பிற ஆய்வுகள் குறித்து அறிந்த அளவிற்கு அவரது கவிதையியல் குறித்த ஆய்வுகள் இன்னும் தமிழ்ச் சூழலில் பெரிதும் அறியப்படவில்லையென்றே கூறலாம். அவரது இறுதிக்கால ஈடுபாடாகவும் இத்துறை இருந்தது. அதனைப் பின்வரும் வகையில் தொகுத்துக்கொள்ளலாம்.

* சங்க இலக்கியப் பாடல்களுக்கும் தொல்காப்பியம் கூறும் அகம் மற்றும் புறம் தொடர்பான இலக்கணக் கூறுகளுக்கும் உள்ள உறவு, அகப்புற மரபின் தொடர்ச்சியாகச் சிலப்பதிகாரக் கவிதை மரபு உருப்பெற்றுள்ளமை; அதன் பிறிதொரு பரிமாணமாகத் திருக்குறள் அமைந்துள்ளமை.

* பக்தி இலக்கியக் கவிதைகளுக்கான இலக்கண வரையறைகள் இல்லாமை.

* தண்டியலங்கார மரபிலிருந்து வேறுபட்டு நிற்கும் கம்ப ராமாயணம் மற்றும் பெரியபுராணம்

* பாட்டியல் நூல்கள் வழி அறியப்படும் அழகியல் தமிழ்க் கவிதைப் பாய்வின் திருப்பங்கள்

* ஊடகங்கள் வழி கவிதைச் செயல்பாடு

கடந்த 2500 ஆண்டுக்காலத் தமிழ்ச் சமூகத்தின் இயங்குதளத்தைக் கவிதை எனும் தரவை அடிப்படையாகக் கொண்டு உரையாடலுக்குட் படுத்தும் வரலாற்று ஆய்வைப் பேராசிரியர் நிகழ்த்தியுள்ளார். ஒட்டு மொத்த தமிழ் இலக்கிய வரலாறு குறித்த புரிதல் உருவான அளவிற்கு தமிழ்க் கவிதை பற்றிய புரிதல் இருப்பதாகக் கருதமுடியாது. இத்துறை தொடர்பாக அவர்முன் வைக்கும் பின்கண்ட செய்திகள் கவனத்தில் கொள்ளத்தக்கன.

* நாங்கள் கவித்துவ நிலையிலிருந்து பார்ப்போமானால் முதலில் அடிநிலையில் மக்களிடையே காணப்படுகின்ற ஒரு பாடல் மரபு; அந்தப் பாடல் மரபைச் செம்மைசெய்து பாடுகின்ற பாணர்மரபு, அந்தப் பாணர் மரபிலிருந்து வளர்ந்த புலவர் மரபு என மூன்று நிலைகள் இருந்துள்ளன (தமிழின் கவிதையியல்: 2007:7),

"தொல்காப்பியத்தில் பேசப்படும் 'பா' வகைகள் தமிழ்க் கவிதையியல் வரலாற்றில் முக்கியமாகக் குறிப்பிடல் வேண்டும். ஏனெனில் அவை

வடமொழி இலக்கிய ஆக்க மரபுகள் தமிழோடு இணைவதற்கு முன்னர் நிலவிய ஓசை மரபுகள்" *(மே.கு.நூல்:2007:50)*.

"சிலப்பதிகாரம் முதல் கம்பராமாயணம் வரையிலான வளர்ச்சியை இலக்கிய அழகியல் நின்று விரிவாக ஆராயும் ஒரு பெரும் ஆராய்ச்சி நூல் இதுவரை இல்லையென்றே கூறலாம்" *(மே.கு.நூல்: 2007:74)*.

"அரசியல், சமூக வரலாற்று நிலைநின்று பார்க்கும்பொழுது கி.பி.12ஆம் நூற்றாண்டின் பின்னர், ஆங்கிலக் காலனித்துவ நிர்வாகம் நிலைநிறுத்தப்படும் வரை புதிய திசை மாற்றமெதுவும் இடம்பெற முடியாத சூழ்நிலை இருந்ததைப் பார்க்கிறோம்" *(மே.கு.நூல்: 2007:150)*,

'காப்பிய எடுத்துரைப்புகள், சிற்றிலக்கிய வகைப் பயன்பாடுகள் ஆகியவற்றிலும் பார்க்க, இப்பொழுது ஆள்நிலை பதிற்குறி (personal response) கவிதையின் பிரதான பொருள் நிலையாகிறது" *(மே.கு.நூல்: 2007:190)*.

"உண்மையில் சினிமாவழி வரும் தமிழ்க் கவிதை இந்தச் சமூகச் சமவீனங்களை ஊடறுத்து ஒரு பொதுப்படையான கவித்துவ உணர்வுப் பகர்வினைத் தமிழ் மக்களிடையே ஏற்படுத்தியுள்ளது, ஏற்படுத்துகிறது எனலாம். இந்த அமிசத்தைத் தமிழின் இன்றைய கவித்துவப் பண்பாடு என்று கூறலாமென்று கருதுகிறேன்" *(மே.கு.நூல்: 2007:208)*,

மேற்குறித்த அவரது பதிவுகள்வழி தமிழ்க் கவிதையியல் தொடர்பான மதிப்பீடுகளை ஓரளவு உள்வாங்க முடியும். பேராசிரியர் இவ்வரலாறு குறித்து உரையாடியுள்ள பல்வேறு தகவல்கள், தமிழ்க் கவிதை வரலாற்றுப் போக்குகளைக் கண்டறிய உதவும், இக்கோணத்தில் இப்பொருள் பற்றி யாரும் விரிவாகப் பேசவில்லை.

எனது மேற்பார்வையில் ஆய்வாளர் சு.சுஜா, சங்கப் பாடல்கள் தொகுக்கப்பட்டிருக்கும் முறைமை குறித்து ஆய்வு செய்கிறார். அவரது கருத்துப்படி, சங்கப் பாடல்களில் தொகுக்கப்பட்டிருக்கும் அடிக் குறிப்புகள், பாடலோடு தொடர்பற்றிருப்பதைப் பல்வேறு சான்றுகள் வழிப் பேசுகிறார். பாடல் பாடப்பட்ட காலம் மற்றும் சூழல், பாடல் தொகுக்கப்பட்ட காலம் மற்றும் சூழல், பாடல் பதிப்பிக்கப்பட்ட காலம், பாடல் புதிதாக வாசிக்கப்படும் காலம் எனப் பல்வேறு பரிமாணங் களைச் செவ்விலக்கியப் பிரதி கடந்து சென்றுகொண்டிருக்கிறது. அப்பிரதியில் அவ்வப்போது செய்யப்படும் ஊடாட்டங்கள், அப்பிரதியின் கவிதை பற்றிய புரிதலுக்கு உதவுமா? என்பதே பேராசிரியரின் அடிப்படை

கேள்வியாக அமைகிறது. இந்தப் பின் புலத்தில் தொல்காப்பியர் பேசியுள்ள அகப்புற மரபுகள் சங்கப் பாடல்களில் நெகிழ்ச்சியுறும் போக்கைச் சுட்டும் பேராசிரியர், அதற்கான பல்வேறு காரணங்களை முன்வைக்கிறார். தொல்காப்பியம் சுட்டும் மரபு, வாய்மொழிப் பாரம்பரிய மரபின் போதாமையாக ஆகிவிடுவதையும் அதனால் புதிய கவிதை மரபு உருவாகிவிடுவதையும் பேராசிரியர் சுட்டுகிறார்.

நற்றிணை, குறுந்தொகை மரபுகளிலிருந்து ஆற்றுப்படை மரபு வேறுபடுகின்றது. ஆற்றுப்படை மரபுகளிலிருந்து பத்துப்பாட்டில் உள்ள நெடுநல்வாடை, மதுரைக்காஞ்சி வேறுபடுகிறது. இவற்றிலிருந்து முற்றிலும் புதிதான பாடல்களாகக் கலித்தொகையும் பரிபாடலும் அமைந்துள்ளன. இந்த வரலாற்றுப் போக்கை, தொல்காப்பியர் துணை கொண்டு அறிந்துகொள்ள முடியுமா? எனும் கேள்வியைப் பேராசிரியர் எழுப்புகிறார். தொல்காப்பியத்தில் பல கேள்விகளுக்குப் பதில் கிடைப்பதில்லை என்பதையும் கூறுகிறார். இவ்வகையில் எழுதப்பட்ட இலக்கண மரபு சார்ந்து சங்கக் கவிதைச் செயல்பாடு இல்லை அது தனக்குள் பல்வேறு புதிய புதிய கூறுகளைத் தானே உருவாக்கிக் கொண்டுள்ளது என்பதை நாம் காண முடிகிறது. 'விருந்திற்பாணி', 'விலக்கு' எனும் கவிதை மரபுகளை இவ்வகையில் காண முடியும்.

தமிழ்ப் புலமைச் சூழலில் எழுதப்பட்ட இலக்கண மரபினின்றே சங்கக் கவிதைகள் வாசிக்கப்பட்ட கல்விச்சூழலில், பேராசிரியர் அதிர்வுகளை உருவாக்கியுள்ளார். இவ்வகையான குறுக்கீடு, புதியதாகச் சங்கப் பாடல்களுக்குள் பயணம் செய்வோருக்குப் புத்தொளி தருவதாக அமைகிறது. இலக்கணம் உருவாக்கம் என்பது அது எழுதப்பட்ட காலத்தில் பதிவாக இருக்கலாம். காலம் மாறும்போது இலக்கணமும் மாற வேண்டும். தொல்காப்பியத்திற்கும் சங்கப் பாடல்களுக்குமான உறவை மேற்கூறிய கண்ணோட்டத்தில் வெளிப்படுத்தும் தேவை யுண்டு. அதற்கான அடிப்படை உரையாடல்களைப் பேராசிரியர் முன்னெடுத்துள்ளார் என்று கூற முடிகிறது.

நாட்டிய சாஸ்திரம், தொல்காப்பியம் ஆகிய இரு நூல்களில் பேசப் படும் மெய்ப்பாட்டியல் தொடர்பான செய்திகள், சங்கப் பாடலின் அழகியல் குறித்த புரிதலுக்கு உதவுமா? தொல்காப்பிய மரபுகள் நாட்டிய சாஸ்திரத்தில் உள்வாங்கப்பட்டதா? அல்லது நாட்டிய சாஸ்திர மரபு தொல்காப்பியத்தில் உள்வாங்கப்பட்டுள்ளதா? இந்தக் கேள்விக்கு விடையளிப்பதில் பெரும் குழப்பம் நிலவுகிறது. இரண்டு நூல்களின் உருவாக்கப் பின்புலம், காலம் தொடர்பான தரவுகளில் உள்ள முரண்பாடுகள் மேற்குறித்த குழப்பத்திற்குக் காரணமாக அமைகின்றன. இலக்கணங்களுக்கும்

பாடல்களுக்கும் உள்ள உறவு குறித்த முரண்பாடுகளை, சமூக இயங்குதளத்திலிருந்து நாம் புரிந்துகொள்ள முடியும். அவ்வகையில் சமூக இயங்குதளத்திலிருந்து கவிதை வரலாற்றை உரையாலுக்கு உட்படுத்த முனைகிறார். அதற்கான விரிவான விளக்கங்களைத் 'தமிழின் கவிதையியல்' நூலில் விரிவாகக் காண முடிகிறது.

'கவித்துவ உணர்வுச்செவ்வி' எனும் தொடரைப் பேராசிரியர் பயன்படுத்துகிறார். இதில் கவிதையின் ஓசை முதன்மையான இடம் பெறுவதாகக் கருதுகிறார். ஓசை மரபு, பா மரபாகக் கட்டமைக்கப் படுவதைக் காண்கிறோம். இம்மரபை நாம் யாப்பு என்று அழைக்கிறோம். யாப்பு மரபு இசை மரபின் கட்டப்பட்ட வடிவமாக அமைய வேண்டும். காலப்போக்கில் இசை மரபைப் புறந்தள்ளிய யாப்பு மரபும் உருவாகியது. பக்திப்பாடல்கள் என்பவை அடிப்படையில் இசை மரபைச் சார்த்தவை. அவை 'பண்' என்று அழைக்கப்பட்டன. இவ்வகையான மரபு சங்க மரபிற்குள்ளிலிருந்து மேலெழுந்த வளர்ச்சியா? அல்லது புதிதாக உருவானதா? என்ற உரையாடல் முக்கியமானது. இந்தக் காலச் சூழலில் தமிழில் வந்து சேர்ந்த வடமொழி மரபுகள் நமது கவிதை மரபில் உருவாக்கிய ஊடாட்டங்கள், இவ்வகையான பாசுர மரபு உருவாக்கத்திற்குக் காரணமா? வடமொழிகளில் உள்ள மனப்பாட மரபில் அமையும் ஓசை மரபுகள் நமது மொழியில் எவ்வகையில் இடம்பெற்றன? தமிழ்க் கவிதை மரபு இந்தச் சூழலில் அனைத்திந்திய மரபாக வடிவம் பெறுவதாகப் பேராசிரியர் பல இடங்களில் பதிவு செய்கிறார். தமிழ்மரபு, சமஸ்கிருத மரபு, பாலி, பிராகிருத மரபு எனப் பன்மொழிச் சூழல் உருவானபோது, அதன் தாக்கம் தமிழ்க் கவிதையில் ஏற்படுவது தவிர்க்க முடியாது. ஆனால், இம்மரபில் சங்க இலக்கியப் பாடல் மரபின் தாக்கம் இருந்த அளவிற்கு, பிற மொழித்தாக்கம் உருவானதாகக் கூற முடியுமா? பாடல் பொருண்மையில் ஏற்பட்ட தாக்கம்; பாடல் வடிவில் ஏற்பட்டதா? இவ்விதம் பல்வேறு உரையாடல் களைப் பக்தி இலக்கியம் சார்ந்து நிகழ்த்த முடியும். அதற்கான தளத்தைப் பேராசிரியரின் ஆய்வு உருவாக்கியுள்ளது. இந்தப் பின்புலத்தில் பேராசிரியரின் பின்வரும் கூற்று கவனத்தில் கொள்ளத்தக்கது.

மாமல்லபுரக் கடற்கரைக் கோவிலிருந்து தஞ்சைப் பெருவுடையார் கோவிலுக்கு வாருங்கள். காரைக்காலம்மையாரை எலும்புக்கூடாகச் சித்திரிக்கும் சிற்பம் முதல் பிற்சோழர் காலத்து வெண்கல நடராஜ உருவத் திருமேனிக்கு வாருங்கள். திருவாலங்காட்டு மூத்த திருப்பதிகத் திலிருந்து திருவாசகத்துக்கும் முதலாழ்வார்கள் பாசுரத்திலிருந்து நம்மாழ்வாருக்கும் வருகின்ற பொழுதும் உணரக்கூடிய பண்பாட்டுத்

திருப்தியையும் அழகியல் உணர்வில் ஏற்படும் அழுத்த வேறுபாடு களையும் நாம் ஒட்டுமொத்தமாக உணர்ந்துகொள்ளல் வேண்டும்" மே.கு.நூல்: 2007:99),

பேராசிரியரின் பக்திமரபு தொடர்பான மேற்குறித்த பதிவு, தமிழ் அழகியலை, பல்கலை இணைவாக அணுகும் பாங்கை நமக்குச் சொல்கிறது. சிற்பச் செந்நூலில் கூறப்படும் சிற்பம் செதுக்குவது தொடர்பான அலகுகளுக்கும் யாப்பில் கூறப்படும் அலகுகளுக்கும் தொடர்பிருப்பதை நாம் உணர வேண்டும்.

தமிழ்ச் சூழலில் கி.பி. ஒன்பதாம் நூற்றாண்டுக்குப் பிற்பட்ட காலம் என்பது பல்வேறு புதிய மரபுகளை உள்வாங்கிய காலம். சீவக சிந்தாமணி, கம்பராமாயணம் ஆகிய காப்பிய வளங்கள் இதற்கு முன் இருந்த மரபின் உச்ச வளர்ச்சியாக உருவாயின. கவிதை அழகியலில் இவற்றின் இடம் தனித்தது. புதிய நிகண்டுகள் உருவாக்கப்பட்டன. தமிழ்ச் சொற்கள் தொகுப்பு முறைமை புலமைத் தளத்திற்குச் செல்கிறது. சொற்களின் பொருண்மை குறித்த கூடுதல் கவனம் ஏற்படுகிறது. வீர சோழியம், நன்னூல் ஆகிய புதிய இலக்கணங்கள் உருவாக்கப்படுகின்றன. யாப்பு, அணி ஆகியவற்றில் புதிய போக்குகள் உருப்பெறுகின்றன. இவற்றை எல்லாம் முறைப்படுத்திக் கூறும் பாட்டியல் கூறுகள் உருவாகின்றன. இக்காலத்திய கவிதை பற்றிய புரிதலுக்குப் பாட்டியல் நூல்களை அடிப்படையாகக் கொண்டு, பேராசிரியர் உரையாடல் நிகழ்த்துகிறார். இதுவரை இருந்த கவிதை மரபிலிருந்து முற்றிலும் மாறிய கவிதை உருப்பெற்றது. சமூகத்தில் உருவான புதிய அதிகாரப் படிநிலையைக் கவிதையும் உட்கொண்டது. பேராசிரியர் இத்தன்மையைக் கீழ்க்காணும் வகையில் பதிவுசெய்கிறார்.

"பாட்டினை இவர்கள் முதலில் எழுத்துக்களின் தொகுதிகளாகவே பார்க்கின்றனர். அந்த எழுத்துக்கள் வருணத்தின் அடிப்படையில் பிரிக்கப்படலாம் என்றும் அவை வானவர், மக்கள், நரகர், விலங்குகள் என்ற கருத்து நிலைப்பட நோக்கப்படலாம் என்றும், எழுத்துக்களில் அமுத எழுத்துக்கள், நஞ்செழுத்துக்கள் உண்டென்றும், எழுத்துக்கள் ஆண்பால், பெண்பால் எழுத்துக்கள் எனப் பிரிக்கப்படலாமென்றும் குழந்தை நிலை, குமாரநிலை, மூப்புநிலை மரணம் ஆகிய ஒவ்வொரு நிலையைக் காட்டும் எழுத்துக்கள் உண்டு என்றும் ஒவ்வொரு நட்சத்திரத்திற்கும் சிற்சில எழுத்துக்கள் உள்ளன வென்றும் விரிவாகக் கூறிச்செல்லும் சொற்களின் பயன்பாடு பற்றிய இயற்கையதீத நம்பிக்கை யொன்று நிலவிற்று" (மே.கு.நூல்: 2007:101).

பாட்டியல்வழிக் காணப்படும் தமிழ்க் கவிதை பல்வேறு மொழித் தாக்கத்தோடு தமிழில் உருப்பெற்றதாகக் கருதலாம். பாலி, பிராகிருத, சமஸ்கிருத மொழிகளில் உள்ள பல்வேறு கூறுகளைத் தமிழ்க் கவிதையும் உள்வாங்கிக்கொண்டது. இதனால், கவிதையின் வடிவம் பின்தள்ளப்பட்டது. கவிதையின் பொருண்மை முதன்மை பெற்றது. அவை ஒருவகையில் இசைக்க இயலாத வறட்டுச் செய்யுட் களாகவும் வடிவம் பெற்றன. பிரபந்த மரபுகளை அடிப்படையாகக் கொண்டு கட்டப்பட்டவைகளாகவும் கவிதைகள் உருவாயின. இத்தன்மைகளைப் பேராசிரியர் உரையாடலுக்கு உட்படுத்தியுள்ளார்.

இத்தன்மைகளை அகில இந்தியத் தன்மை எனும் ஒரு விவரணமாகக் கருதுகிறார். அகில இந்தியத் தன்மையுடையதாகத் தமிழ்க் கவிதை உருவானது வளர்ச்சியா? வீழ்ச்சியா? எனும் உரையாடல் மேற்கொள்ள வேண்டும். பேராசிரியர் அகில இந்தியத் தன்மை என்பதை ஏற்பு (postive) நிலையில்தான் பல இடங்களில் பதிவுசெய்கிறார். சங்கப் பா மரபு, பாசுரப் பா மரபு ஆகிய இசை மரபுகள் தமிழ்க் கவிதையில் இல்லாமல் போயிற்று. இது தமிழ்க் கவிதையின் வளர்ச்சியாகக் கருத முடியாது.

கவி, கமகன், வாதி, வாக்கி எனும் நிலையில் புலவர்கள் உருவானார்கள். ஆசுகவி, மதுரகவி, சித்திரக்கவி, வித்தாரக் கவி எனும் வகையில் கவிஞர்கள் உருவானார்கள். இவ்வுருவாக்கம் அடுத்த கட்ட வளர்ச்சியாகக் கருத முடியுமா? என்னும் உரையாடல் சுவையானது.

தமிழ்க் கவிதை வரலாற்றில் இளங்கோவடிகள், கம்பன், பாரதி ஆகிய புள்ளிகள் திருப்புமுனைகள் என்பது பேராசிரியர் கணிப்பு. இத்திருப்புமுனைகளுக்கான விரிவான காரணங்களைப் பேராசிரியர் விவாதித்துள்ளார். இத்தன்மைகள் அனைத்திற்கும் முற்றும் முழுதான புதிய மரபை ஊடகங்களின் வருகைக்குப் பிறகு தமிழ்க் கவிதை உள்வாங்குகிறது. தொழில்நுட்பம் சார்ந்த செயல்பாடுகளுக்கும் கவிதை உருவாக்கத்திற்குமான உறவுகள் குறித்தும் பேராசிரியர் விரிவாகப் பேசுகிறார்.

இக்கவிதை வரலாறு குறித்துப் பேராசிரியர் தரும் விளக்கம்; தமிழ்க்கவிதை வரலாற்றைப் புரிந்துகொள்ள உதவும்.

"எந்த நாட்டிலோ அல்லது மொழியிலோ தோன்றிய கவித்துவ வெளிப்பாடுகளை ஒன்றாக வைத்து நோக்கும்பொழுது கவிதைகள் கேட்போரால்/வாசகர்களால் உள்வாங்கப்பட்டு ரசிக்கப்பெறும் முறையில், காலத்துக் காலம் அழுத்த வேறுபாடுகள் ஏற்படுவது வழக்கம். கவிதை

என்பது யாது? அது எவற்றைப் பற்றிப் பேசுதல் வேண்டும். எப்பொழுது எந்த நிலையில் ஒரு கவிதையாக்கம் கவர்ச்சிகரமான கவிதையாக அமையும் என்பன பற்றி, அவற்றின் ஆக்கத்தில் ஈடுபடுவோருடைய கருத்து நிலைப்பாடுகள், கவிதை, கவிதையெனக் கொள்ளப்படுவதற்கான எடுத்துக்கூறல் முறைமைகள் ஆகியன யாவும் ஒருங்கு சேர்கின்ற பொழுதுதான் மேலே கூறிய கவித்துவ உணர்வுச் செவ்வியலே மாற்றம் தெரியவரும். கவிதையாக்கம் பற்றிய எண்ணங்களின் இணைவிலேதான் இந்தக் கவித்துவ உணர்வுச்செவ்வி தெரியவருகிறது. சுருக்கமாகச் சொன்னால், கவித்துவ உணர்வுச் செவ்வியென்பது கவிதைகளில் வரும் பன்முகப்பட்ட உணர்ச்சிச் சூழலமைவுகளுக்கும் அவற்றுடன் இயைந்து வரும் அழகியல் நிலைகளுக்கும் (கேட்போர்/வாசகர் காட்டும்) பதிற்குறித் திறனாகும்" (மே.கு.நூல்:2007:58).

தமிழ், சமஸ்கிருதம், பாலி, பிராகிருதம் என்பவை தொல் பழம் மொழிகள். இவை கடந்த மூவாயிரம் ஆண்டுகளாக, செயல்பட்டுவந்த நிலப்பரப்பை இன்று இந்தியா என்று அழைக்கிறோம். முன்னர் அந்த மரபில்லை. இன்று உருப்பெற்றிருக்கும் இத்தன்மையை, அனைத்திந்திய தன்மை என்று பேராசிரியர் கா.சிவத்தம்பி பதிவுசெய்கிறார். தமிழ்க் கவிதையில் அவ்வகையான அனைத்திந்திய தன்மை உருப்பெற்றதாகக் கருதுகிறோம். இதன்மூலம் தமிழின் கவிதை வளம் சார்ந்த வரலாறு எவ்வகையான பின்னடைவுகளை உள்வாங்கியது? அது எதனால் ஏற்பட்டது? ஆகிய பிற உரையாடல்களைப் பேராசிரியர் தவிர்த்து விடுகிறார். தமிழ்க்கலை வரலாறு தொடர்பான உரையாடலில் இந்தியத் தன்மை என்பதை எப்படிப் புரிந்துகொள்வது? அது எந்த மட்டத்தில் செயல்பட்டது /செயல்படுகிறது என்பது குறித்த உரையாடலும் தேவைப்படுகிறது.

பேராசிரியரின் சான்றாதார நூல்கள்

2000 மதமும் கவிதையும், தமிழ்ச் சங்கம், கொழும்பு.

2005 பண்டைய தமிழ்ச் சமூகத்தில் நாடகம், மொழிபெயர்ப்பு: அம்மன்கிளி முருகதாஸ், குமரன் புத்தக நிலையம், கொழும்பு - சென்னை.

2007 தொல்காப்பியமும் கவிதையும், குமரன் புத்தக நிலையம், கொழும்பு - சென்னை.

2009 சங்க இலக்கியம்: கவிதையும் கருத்தும், உலகத் தமிழாராய்ச்சி நிறுவனம், சென்னை.